சூரல் பம்பிய சிறுகான் யாறு

யாப்புச் சான்று நூல்

ரஜினி பிரதாப் சிங்

INDIA • SINGAPORE • MALAYSIA

பொருளடக்கம்

முன்னுரை 1 9

முன்னுரை 2 11

அணிந்துரை 17

என்னுரை 23

நானுமெழுதினேன் (கட்டளைக் கலிப்பா)..................27

இலக்கண நூல்கள் (வெள்ளொத்தாழிசை) 28

மழை (குறள் வெண்பாக்கள்) 29

வெண்பாவினி(லி)லக்கணம் (நேரிசை வெண்பா)...........31

நிலாப்பெண் திருத்தசாங்கம் (நேரிசை வெண்பா) 36

கோடையிலொரு குளுமை (நேரிசை வெண்பா) 39

முத்தத்துவம் (நேரிசை வெண்பாக்கள்) 40

பிளவுசிசம் (நேரிசை வெண்பாக்கள்) 43

பித்தனின் பிதற்றல்கள் (நேரிசை வெண்பாக்கள்)..........49

அந்நாட்கள் (இன்னிசை வெண்பா) 54

நடுவர் (பஃறொடை வெண்பா) 55

வதையும் வனப்பும் (பஃறொடை வெண்பா) 57

உறுப்பு நலனுரைத்தல் (சிந்தியல் வெண்பாக்கள்) 58

பெயர்ச்சுவை (குறள் வெண்பா - சிந்தியல் வெண்பா -
இன்னிசை வெண்பா) 60

மிளகாய் (குறள்வெண்செந்துறை) 61

கோடை (குறட்டாழிசை) 63

கறி (வெண்டாழிசை) 64

முடிசூடா வேந்தன் (வெண்டாழிசை) 65

மழலைச்சொல் (ஒரொலி வெண்டுறை) 66

எந்நாளென்பாயோ (வெளிவிருத்தம்) 67

வெம்மை (நேரிசை யாசிரியப்பா) 69

இன்னும் (நேரிசை யாசிரியப்பா) 70

துப்புரவு (இணைக்குறளாசிரியப்பா) 71

சூரல் பம்பிய சிறுகான் யாறே (நிலைமண்டல
ஆசிரியப்பா) 72

என்னவது..? (அடிமறிமண்டல ஆசிரியப்பா) 73

கவியிடைச் சுளை (அடிமறிமண்டல ஆசிரியப்பா) 74

சொல்மதியே (ஆசிரியத்தாழிசை) 75

வாழி தமிழே (ஆசிரியத்தாழிசை) 76

வா (ஆசிரியத்துறை) 77

பாதையில் தோன்றும் பாவை (அறுசீர்க்கழிநெடிலடி
ஆசிரிய விருத்தம்) 78

நீயேதான் (அறுசீர்க்கழிநெடிலடி ஆசிரிய விருத்தம்) 82

தன்னம்பிக்கை (அறுசீர்க்கழிநெடிலடி ஆசிரிய விருத்தம்)...83

என்றினி வருவாள்? (அறுசீர்க்கழிநெடிலடி ஆசிரிய
விருத்தம்) 84

சொல்வாய்பெண்ணே....! (அறுசீர்க்கழிநெடிலடி
ஆசிரிய விருத்தம்) 85

பிறவி நன்றே (அறுசீர்க்கழிநெடிலடி ஆசிரிய விருத்தம்)......86

இறைவணக்கம் (எழுசீர்க்கழிநெடிலடியாசிரிய விருத்தம்.)..87

நிலவு (எழுசீர்க் கழிநெடிலடி ஆசிரிய விருத்தம்) 88

மலரொளி (எழுசீர்க் கழிநெடிலடி ஆசிரிய விருத்தம்)...........89

கனல் மூட்டல் (எழுசீர் விருத்தம்) 90

எழுக தமிழா.... (எண்சீர்க்கழிநெடிலடி ஆசிரிய விருத்தம்)...91

நட்பு (எண்சீர்க் கழிநெடிலடி ஆசிரிய விருத்தம்) 92

படையல் (எண்சீர்க் கழிநெடிலடி ஆசிரிய விருத்தம்) 93

மனம் மகிழ (எண்சீர்க் கழிநெடிலடி ஆசிரிய விருத்தம்)......94

எல்லாம் இன்பமயம் (பதினாறு சீர் விருத்தம்)...........95

அவளும் நானும் 96

நாற்றிசையும் இன்பம் (எழுசீர்க் கழிநெடிலடி
ஆசிரிய விருத்தம்.) 98

மேகப்பஞ்சு (எண்சீர்க் கழிநெடிலடி ஆசிரிய விருத்தம்.) 99

இயற்கையென்னும் இனிய துணை! (நேரிசை
ஒத்தாழிசைக் கலிப்பா) 100

செழிப்பும் களிப்பும் (நேரிசை ஒத்தாழிசைக் கலிப்பா) 102

கோயம்புத்தூர் மாநகரம் (அம்போதரங்க
வொத்தாழிசைக்கலிப்பா) 104

சானியா நேஹ்றவால் (வண்ணக வொத்தாழிசைக்
கலிப்பா) 107

நிலாச்சோறு (கலிவெண்பா) 110

குறுஞ்செய்தி (வெண்கலிப்பா) 111

நம்பிக்கை (தரவு கொச்சகம்) 114

இயற்கையென்னும் இன்னமுது (தரவு கொச்சகம்) 115

விந்தையிலும் விந்தை(தரவிணைக் கொச்சகக் கலிப்பா) ...116

தாகந்தீர்த்தாள்; மூர்ச்சையுற்றேன் (மயங்கிசைக்
கொச்சகக் கலிப்பா) 117

சில மழைத்துளிகளின் பயணக்கதை (கலித்தாழிசை) 121

பார்த்தாலாகாதா? (கலித்துறை) 128

பெண் (கலிவிருத்தம்) 130

தமிழேஉயிர் (கலிவிருத்தம்) 131

யாதுள (கலிவிருத்தம்) 132

வியப்பு (கலித்துறை) 133

வற்றாத ஊற்று (கலித்துறை) 134

தமிழே உயிரே....! (கட்டளைக் கலித்துறை) 135

வாழ்வும் சாவும் (கட்டளைக்கலித்துறை) 136

பனிக்கூழ் (கட்டளைக் கலிப்பா) 137

தாடெரியுமுகம் (குறளடி வஞ்சிப்பா) 138

இளநறுமணம் (குறளடி வஞ்சிப்பா) 139

நண்டூர்கிறது நரியூர்கிறது (சிந்தடி வஞ்சிப்பா) 140

யாப்பு (வஞ்சித்தாழிசை) 141

கவிப்பிறப்பு (வஞ்சித்துறை) 142

தனிமைத்துணை (வஞ்சி விருத்தம்) 143

மழைக்கனவு (வஞ்சி விருத்தம்) 144

அவளின் அழகு (வஞ்சி விருத்தம்) 145

கற்றோர் முன். (வஞ்சி விருத்தம் -கலிவிருத்தம்
-கலித்துறை) 146

பூவுமா? (சமநிலை மருட்பா-கைக்கிளை-ஐயம்) 148

உயிர் பிடுங்கி (சமநிலை வாயுறை வாழ்த்து மருட்பா)....149

நீடு வாழி! (சமநிலைப் புறநிலை வாழ்த்து மருட்பா)..........150

நிற்கும் புள் (வியனிலைச் செவியறிவுறூஉ மருட்பா).......151

கவிதை மொண்டுவரக் காத்திருந்தவன் (உரைநடைக்
கவிதை) 153

கனவோ? கற்பனையோ? (உரைநடைக் கவிதை)......................... 154

விண்மீன்கள் (உரைநடைக் கவிதை) 156

ஐயந்திரிபற (உரைநடைக் கவிதை) 157

வேளை தின்னி (உரைநடைக் கவிதை) 159

காலத்தச்சன் (உரைநடைக் கவிதை) 160

பயணம் (ஹைகூ) 162

ஆரடிச்சாரோ (தாலாட்டு) 163

தேடித்தேடி (இலாவணி) 167

அமுதொளித்தமிழ் (வளையற் சிந்து) 168

பார்வை (காவடிச் சிந்து) 169

வண்டமிழே (காவடிச் சிந்து) 170

துயில் (முச்சீரிரட்டைச் சமனிலைச் சிந்து)......................... 171

கிறுக்கு முற்றியது (புதுக்கவிதை) 172

வாடிய பூ (புதுக்கவிதை) 175

இஃதொரு புன்னகைமறந்தவனின் புலம்பற்பாடல்
(புதுக்கவிதை) 178

என்னதான் செய்தாய்? (புதுக்கவிதை) 182

செம்மொழி (புதுக்கவிதை) 185

நீங்களாவது சொல்லுங்கள் (புதுக்கவிதை) 188

கிளம்பட்டுமா..? (புதுக்கவிதை) 190

நடிப்புச் சனங்கள் (கிளிக்கண்ணி)........................192

இரவின் மாயச்சொற்கள் (புதுக்கவிதை)........................196

வண்ணப்பனி (புதுக்கவிதை)........................201

விண்ணின் வெட்கம் (இருசீரிரட்டைச் சமநிலைச் சிந்து)....206

தமிழ் (புதுக்கவிதை)........................223

முன்னுரை 1

அடிமாற்றுப் பொருள்கோள் என்னும் வகைமைக்கான எடுத்துக்காட்டுச் செய்யுளாய்ப் பள்ளிப் பருவத்தில் படித்த பாடல் இது!

"சூரல் பம்பிய சிறுகான் யாறே
சூரர மகளிர் ஆரணங்கினரே
வாரல் எனிலே யானஞ்சுவலே
சாரல் நாட நீ வரலாறே"

நான்கு வரிகளை எப்படி மாற்றிப் போட்டாலும் பொருள் சிதையாது. புதுக் கவிதையில் கூட இந்தச் சுதந்திரம் கிடையாது. அதே வரியைத் தலைப்பாக்கி ரஜினி பிரதாப் சிங் படைத்திருக்கும் இந்தத் தொகுப்பை வாசிக்க வாசிக்க மரபில் அவருக்கிருக்கும் அளப்பரிய ஆர்வம் புலப்படுகிறது.

பல்வகை யாப்புகளிலும் சுவைமிக்க கவிதைகளை இந்தத் தொகையில் ரஜினி பிரதாப் சிங் தந்திருக்கிறார்.

"ஓதுவேன் பாடுவேன் ஓராயி ரங்கவி
கோதுமை வண்ணக் குமரிக்காய் - போதுமோ
என்னுள் விதையா யெழுந்து வளர்காதல்
பன்னெடுங் காலப் பயிர்"

என்ற வெண்பாவில், "கோதுமை வண்ணக் குமரி" என்ற சொற்றொடர், மிக வாய்ப்பாக அமைந்து கவிதையைத் தூக்கி நிறுத்தி விடுகிறது.

காதல் கவிதைகள் மிகுந்து காணப்படும் இந்தத் தொகுதிகள் மன இயல்புகள், மனித இயல்புகள் குறித்த கவிதைகளும் வளம் சேர்க்கின்றன.

"கொட்டிக் கொடுத்தாலும்
கோடி கோடி கொடுத்தாலும்
பெட்டி நிறையாதடி - மதியே
பேராசை நரிகளடி"

என்பன போன்ற வரிகளைச் சுட்டலாம். சிறந்த சொல் வளம் கொண்ட கவிதைகளை ரசிக்கும் விதமாய் ரஜினி பிரதாப் சிங் படைத்திருக்கிறார். இன்னும் புதிய பாடுபொருள்கள் நோக்கித் தன் பாட்டுத்தேரினை அவர் திருப்ப வேண்டும். காலத்தால் நிலைபெறும் கவிதைகளைப் படைப்பதற்கான பொறி இவரிடம் இருப்பதை உணர்கிறேன். அத்தகைய படைப்புகளைத் தருவாரென்று நம்புகிறேன்.

வாழ்த்துக்களுடன்

மரபின்மைந்தன்' முத்தையா

முன்னுரை 2

மரபுக் கவிதை படைப்பாற்றவைத் தளைக்கிறது என்றும் இலக்கணம் கவிப்பெருக்கைக் கட்டுப் படுத்துகிறது என்றும் அரை நூற்றாண்டுக்கு முன்னர் தமிழில் ஒரு வாதம் எழுந்தது. யாப்புடைத்த கவிதை மரபு அறுத்த கவிதை இலக்கணம் இல்லாத கவிதை, வசன கவிதை எனப் பெரும் ஆரவாரத்துடன் மொழிக்குள் கவிதைப் புலத்தினுள் பெரும் மாற்றம் நிகழ்ந்தது. மரபு சென்று தேய்ந்து இற்றுப் போன காலத்தில் புதுக்கவிதை பல்கிப் பெருகிப் படர்ந்தது. இலகுவாகத் திரும்பிப் பார்க்கும் போது ஆற்றலும் தீவிரமும் மிகுந்த கவி ஆளுமைகள் பலர் உடனடியாகத் தென்படுகிறார்கள்.

தமிழுக்குப் புதிய கவிஞர்களின் கொடை சாமான்யமானது அல்ல எனினும் பெரும்பான்மையான இன்றைய கவிதைகள் ஆயாசம் ஏற்கடுத்துகின்றன.

கூறியது கூறல், மிகைபட உரைத்தல், உரத்துக் கதைத்தல், உள்ளுறை தொலைத்தல், கவிநயம் இழத்தல், கற்றுச் சொல்லுதல், கரை கடந்து பெயர்த்தல், எனப் பலவகைக் குற்றங்களுக்கு ஆளாகும் கவிதைகளுக்கும் குறைவே இல்லை. இது சற்று, சற்றென்னப் பெரிதுமே கவலை அளிக்கிறது.

மரபைத் திரும்பிப் பார்த்தால் ம.இல.தங்கப்பா எனும் மகத்தான சமகால ஆளுமை மலைபோல் நிமிர்ந்து நிற்பதைக் காண்கிறோம் தொடர்ச்சி அறுபட்டுப் போகாமல்

மரபில்கவிதைகள் இன்றும் யாக்கப்பட்டு வருகின்றன இடது கை கொண்டு அவற்றை ஒதுக்கித் தள்ளி விடுவதற்கும் இல்லை. என்றாலும் மரபிலும் புதுசிலும் கவிதையின் இன்றைய கதிஎன்ன என்று நடுநிலைமையோடு காய்தல், உவத்தல் இன்றி யாரேனும் தீவிரப்பரிசீலனை செய்வது அவசியம் என்று தோன்றுகிறது.

இந்தச் சூழலில் என் பார்வைக்கு வந்த புதிய மரபுக் கவிதைத் தொகுப்பு 'சூரல் பம்பிய சிறுகான் யாறு'.

தலைப்பே வெகுவான கிளர்ச்சியை ஏற்படுத்துவது சங்க இலக்கிய வரியோ என்னும் மயக்கம். சூரல் எனில் மூங்கிலில் ஒரு வகை. பம்பிய எனில் அடர்ந்த, செறிந்த, நெருங்கிய பின்னிப் படர்ந்த. சிறுகான் யாறு எனில் சிறிய காட்டாறு. தொகுப்பின் ஆசிரியர் எம்.எஸ். ரஜினி பிரதாப் சிங் அந்த வரி எங்கு வருகிறது என இன்னும் தேடிக் கொண்டிருப்பதாகச் சொன்னார். எப்போதுமே தேடல் என்பது நற்குறி.

என்னிடம் A word Index For Cankam Literature எனும் நூலொன்று உண்டு. தாமஸ் லெஹ்மான்&தாமஸ் மால்ட்டன் வெளியீடு, சொல்லடைவு நூற்கள் சொற்களுக்குப் பொருள் தருவதில்லை குறிப்பிட்ட சொல், சங்க இலக்கியத்திர்ல் எங்கு பயில்கிறது எனும் தகவல் மட்டுமே கிடைக்கும். பம்பி எனும் சொல் பட்டினப் பாலையில், 'சிறு பூ நெருஞ்சியோடு அறுகை பம்பி' (256) என்றும், புறநானூற்றில், 'முன்றில் முஞ்ஞையொரு முசுண்டை பம்பி' (320) என்றும் இரண்டு இடங்களில் மட்டுமே வருகிறது. பம்பிய எனும் சொல் அகநானூற்றில் 94வது பாடலில் 'தேம்படு சிமயப் பாங்கர்ப் பம்பிய' என்று பயில்கிறது. எதற்கும் இருக்கட்டும் என்று கைவசம் இருக்கும் தமிழ்ப் பல்கலைக் கழக வெளியீடான சங்க இலக்கியச் சொல்லடைவு புரட்டிப் பார்த்தேன். ஒத்துப் போயிற்று எனினும், 'சூரல் பம்பிய சிறுகான் யாறே' எனும் வரி சிந்தை எங்கும் நிறைந்து நின்றது.

எந்தப் புலவனின் சொந்த வரி இது எனும் தேடல் எம்.எஸ். ரஜினி பிரதாப் சிங்கிடம் இருந்து எனக்கும் பற்றிக் கொண்டது. சமீபத்தில் கவிஞர் சிற்பியை அவரில்லத்தில் சந்தித்தபோது இது பற்றிய தெளிவு கிடைத்தது.

யாப்பருங்கலக் காரிகையின் உரையாசரியர் மேற்கோள் செய்யுளாக அந்தவரி ஆளப்பட்டுள்ளது என்றும், ஆசிரியர் பெயரோ, நூற் பெயரோ தெரியவில்லை என்றும், சில சமயம் உரையாசிரியர் மேற்கோளுக்காக அவர்களே செய்யுள் யாத்து விடுவதுண்டு என்றும், இஃதும் அது போன்ற தொரு வரியாக இருக்க இடமுண்டு என்றும் சொன்னார். கவிஞர் சிற்பியின் சங்க இலக்கியப் புலமை, ஆளுமை பற்றி நம்மில் பலருக்கும் தெரியாது. சில சொற்பொழிவுகளில் நேர்ப்பேச்சுகளில் அதை நான் கவனித்து வியந்ததுண்டு.

டிசம்பர் 2010ல் தில்லித் தமிழ்ச்சங்க நவீன இலக்கியக் கருத்தரங்குக்காகப் போயிருந்த போது, மூன்று இரவுகளில் அவரிடம் சங்க இலக்கியங்களிலேயே பாடம் கேட்டுக் கொண்டிருந்தேன் 'நாணிக் கண்புதைத்தல்' எனும் ஒரு துறைக்கோவை பற்றி மாத்திரம் இரண்டு மணி நேரம் உரையாடினார் தற்சமயம் அதை ஆங்கே நிறுத்தி விட்டு சூரல் பம்பிய சிறுகான் யாறு கவிதைத் தொகுப்புக்கு வருவோம்.

இந்நூலின் முன்னுரையில், கவிஞர் 'சிதம்பரச் செய்யுட் கோவை' எனும் யாப்புச் சான்றிலக்கிய நூலின் தாக்கத்தால் செய்யப்பட்ட யாப்புச் சான்று நூலிது, என்கிறார். தமிழின் நால் வகைப் பாக்களான வெண்பா, ஆசிரியப்பா, கலிப்பா, வஞ்சிப்பா என்பனவற்றிலும் அவற்றின் இனங்களான துறை, தாழிசை, விருத்தம் முதலியவற்றிலும் புதிய செய்யுட்களான கும்மி,சிந்து ஹைகூ, உரைநடைக் கவிதை பெரும்பாலானவற்றைப் பாடியிருக்கிறேன் என்கிறார்.

நூலில் இருக்கும் அத்தனைப் பாடல்களுக்கும் இன்ன பாவினம் எனும் தகவலும், இலக்கணமும் தரப்பட்டிருக்கிறது. இந்த வகையில் இஃதோர் புது முயற்சி. யாப்பிலணக்கத்துக்காக, எடுத்துக்காட்டுச் செய்யுள்கள் தரும் நூல் எனத் தள்ளிவிட்டுப் போய்விட இயலாது. நேரிசை வெண்பாவில் யாக்கப்பட்ட கவிதையொன்று, 'வெண்பாவினிலக்கணம்' என்று 26 பாடல்கள், வாசிக்க நிறைவேற்படுத்துகின்றன. 'முத்தத்துவம்' என்று நேரிசை வெண்பாவில் 15 பாடல்கள், அத்தனையும் காதல் விளக்கக் கவி.

'காவடிச் சிந்து' எனும் பாவினத்திற்கு சென்னிகுளம் அண்ணாமலை ரெட்டியார். கவி ஊத்துக்காடு வெங்கட சுப்பையர் பாடிய பாடல்களும் உண்டு. எம்.எஸ் ரஜினி பிரதாப் சிங், 'வண்ணப்பனி' எனும் தலைப்பில், காவடிச்சிந்தொன்றும் பாடி இருக்கிறார். படித்துப் பார்ப்பதை விடப் பாடிப்பார்த்தால் இனிது. இறுதியில் காவடிச் சிந்து இலக்கணமும். 'முச்சீர் இரட்டைக்குப் பின் முடுகம், தனிச்சீர் எடுப்பும் உடையவை காவடிச் சிந்தாகும்' என்று.

இந்த நூலுக்கு நான் அணிந்துரைப்பது, பரிந்துரைப்பது இதில் இருக்கும் பாடல்களின் கவிக் கூறுகளுக்காக அல்ல. தமிழில் கவிதை எழுத வருகிறவர் - மரபானாலும், நவீனமானாலும் - அறிமுகமாகி இருக்க வேண்டிய செய்யுள் வடிவங்கள், அவற்றின் இலக்கணங்கள், அவற்றுக்கான கவிதைகள் பற்றிய தகவல்களுக்காகவுமே.

கட்டளைக் கலிப்பா, வெள்ளொத் தாழிசை, நேரிசை வெண்பா, வஞ்சித் துறை, வஞ்சித் தாழிசை, வெளி விருத்தம், நேரிசை ஆசிரியப்பா, நிலை மண்டில ஆசிரியப்பா, அடிமறி மண்டில ஆசிரியப்பா, வஞ்சி விருத்தம், வியனிலை மருட்பா, குறளடி வஞ்சிப்பா, கட்டளைக் கலித்துறை, இணைக்குறள் ஆசிரியப்பா, சமனிலை வாயுறை வாழ்த்து மருட்பா, சமனிலைப் புறநிலை

வாழ்த்து மருட்பா, இன்னிசை வெண்பா, ஆசிரியத்துறை, கலி வெண்பா, ஒரொலி வெண்டுறை வேற்றொலி வெண்டுறை, தரவு கொச்சகம், சிந்தியல் வெண்பா, தாழிசை, குறள் வெண்பா, வெண் கலிப்பா, வெண் தாழிசை - ஆசிரியத் தளை, வெண் தாழிசை - கலித்தளை, வெண் தாழிசை - வஞ்சித்தளை, காவடிச் சிந்து, வியனிலைச் செவியறிவுறூஉ மருட்பா, அறுசீர்க் கழிநெடியடி ஆசிரிய விருத்தம், குறள் வெண் செந்துறை அம்போ தரங்க ஒத்தாழிசைக் கலிப்பா, கலி விருத்தம், ஈரீரிரு சீரொற்றை வியனிலைச் சிந்து, தரவிணைக் கொச்சகக் கலிப்பா, பஃறொடை வெண்பா, சிந்தடி வஞ்சிப்பா, வண்ணக ஒத்தாழிசைக் கலிப்பா, கலித் தாழிசை. இருசீரிரட்டைச் சமநிலைச் சிந்து.

தமிழ்ச் செய்யுளின் யாப்பு வகைகள் இவை. எனவே நமக்குப் புலனாகிறது. நாம் ஏன் உரைநடைக் கவிதை எனும் உபத்திரவம் இல்லா வடிவத்துக்குத் தாவினோம் என. கருவிகளைப் பயன்படுத்தத் தெரியாமல், கருவிகளின் பெயர்களே கூட அறியாமக் கவிதைப் போர் புரிவது என்பது எத்தனை இலகுவானது? அதுவும் பழையன கழிதல் - புதியன புகுதல். ஆனால் விரலிடுக்கில் கவிதை எங்கே வழிந்து போயிற்று என்பது புலப்படாமற் போனது தான் பெருவியப்பு இதைச் சுட்டிச் சென்றால், சொல்பவனின் பிறப்பைக் கேள்வி கேட்பார்கள்.

'செய்யுள் இலக்கணக் கட்டுப் பாடுகள் இன்றி செறிவு மிகுந்த உரைநடை ஒத்து அமைப்பது உரைநடைக் கவிதை யாகும் என்கிறார் நூலாசிரியர் உரைநடையோ, செய்யுளோஅதனுள் கரந்தேனும் கவிதை உறைய வேண்டுமல்லவா? அதை எங்கு போய்த் தேட?

இந்நூலில் இருந்தே மேற்கோள் சொன்னால் இறந்த காலத்துக்கு மட்டுமல்ல, எதிர் காலத்துக்கும் தச்சன்

அறை கட்டி வைத்திருக்கிறான்' இதில் முரண் ஒன்றுண்டு. இதையெல்லாம் சொல்ல நான் யாப்பறிந்த புலவனும் இல்லை, யாப்புடைந்த கவிஞனும் இல்லை. நூலாசிரியருக்கு நல்வாழ்த்துகள்

கோவை - 641 028
31.03.2011

மிக்க அன்புடன்,

நாஞ்சில் நாடன்

அணிந்துரை

தமிழ்க் கவிதைத் தேவிக்கு வயதென்ன? யாராலும் விடையிறுக்க இயலாத வினாக்குளுள் இதுவும் ஒன்று.

"தொன்று நிகழ்ந்து அனைத்தும் உணர்ந்திடும்
சூழ்கலை வாணர்களும் - இவள்
என்று பிறந்தவள் என்று உணராத
இயல்பினளாம் எங்கள்தாய்!"

என்ற மகாகவி பாரதியின் கூற்று. தமிழ்க்கவிதைத் தேவிக்கும் பொருந்தும்.

இத்தகு பழமைகொண்ட தமிழ்க்கவிதை வயதாகியதால் தேங்கி நின்றுவிடவில்லை. தமிழுக்கு நேர்ந்த படையெடுப்புகள் பல. அவை அத்தனையிலும் தமிழ்க்கவிதை உயிர்ப்பு மங்காமல் உள் ஒளியுமிழந்த வண்ணம் வாழ்ந்து வந்துள்ளது.

வடமொழித் தாக்கத்திலும் இளைகல பரப்பியவாறு தமிழ்க்கவிதை கிளர்ந்தெழுந்துள்ளது.

மேலை இலக்கியத் தாக்கத்திலும் அதன் தொன்மை வடிவம் உருவிழந்ததுபோல் தோன்றினும் உருவழிந்து போகவில்லை.

புதுக் கவிதையின் வரவு, மரபுக் கவிதையைப் போர்க்களத்தில் வலியப் பிடித்துத் தள்ளியது.

மரபுக் கவிதையிலுள்ள சந்தப் பேரின்பம் புதுக்கவிதையில் எது? என்பது புதுக்கவிதையாளருக்கு மரபு விரும்பிகள் வைத்த வினா.

மரபுக் கவிதையில் சந்தந்தான் இருக்கிறது, வேறு என் இருக்கிறது என்பது புதுக்கவி விரும்பிகள் வைத்த வினா

அலைக்கழிக்கப்பட்ட நீரில் உண்மை முகம் தெரியா போகும். நீர் நிச்சலனமாய் அலையடங்கு கையில், தெளிவு மிகத் தெரியும்.

அதுபோலவே, புதுக்கவிதை, மரபுக் கவிதைப் போராட்டம் இப்போது அமைதியடைந்துள்ளது. கவிதையின் முகம் 'பளிச் செனத் தெள்ளியநீரில் ஒள்ளிய முத்துக்கள் தெரிவது போல் இன்றைய கவிஞர்களுக்குத் தெரிவியக் துவங்கிவிட்டது.

வடிவம் எதுவாயினும் கவிதைக்குள் முத்துக்கள் கிடைக்க வேண்டும் என்னும் கவிஞர்களும், அதனைக் கற்றுச் சுவைப்பவர்களும் பெருகத் தொடங்கி விட்ட காலம் இது.

இந்தக் காலத்தில் ஒரு புதிய வரவாகத் தோன்றுகிறார் கவிஞர். ரஜினி பிரதாப் சிங்.

மரபுக் கவிதைகள் பல மறப்புக் கவிதைகளாகவும் மறைப்புக் கவிதைகளாகவும் கருதப்படும் இக்கால ஓட்டத்தில், இல்லை, அவை மறைந்துபோக இயலாதவை மறந்துபோகவும் கூடாதவையென்று இரு கரங்களாலும் சந்தனம் பூசி வரவேற்று. இதயம் மகிழ மகிழ, இனிக்கும் மரபுக் கவிதைகளை ஒன்றன் பின் ஒன்றாகத் தலைவாரிப் பூச்சூட்டித் தமிழ்க் கவிதைப் பாடசாலைக்குப் போ என்று அனுப்பி வைக்கிறார் கவிஞர் ரஜினி பிரதாப் சிங்

குமரகுருபர அடிகள் மரபுக் கவிதையின் எந்த வடிவங்களும் கால வெள்ளத்தால் மாண்டு போய் விடக் கூடாதென்று கருதினார் மரபுக் கவிதையின் ஒவ்வொரு வடிவங்களுக்கும்,ஒவ்வொரு கவிதை யாத்து நூலாக்கித் தந்து போனார் அப்பெருமகனார்.

அம் மரபினைப் பின்பற்றி, இக்கவிஞரும் மரபுக் கவிதையின் எல்லா வடிவங்களும் மறைந்துபோய் விடாதவாறு ஒவ்வொரு கவிதை வடிவுக்கும் தானேதன் கண்ணான கவிதைத் தூரிகையால் பொன்னான பாடல்களை ஆக்கித் தந்திருப்பது ஓர் அருஞ்செயல்.

இது மட்டுமன்றி, புதுக்கவிதை மேலும் தமக்கு எதுவும் வெறுப்பில்லை விருப்பமே உண்டு என்று காட்ட, செறிவுமிக்க புதுக்கவிதைகளும் யாத்துத் தந்துள்ளார் கவிஞர் சிங் அவர்கள்!

அவர்தம் கவிதைத் தொகுப்பிற்கு "சூரல் பம்பிய சிறுகான் யாறு" என்று காரிகை மேற்கோள் பாடல் அடி கொண்டு பெயர் சூட்டியுள்ளமையே அவர் கவிதை மனத்தின் மனத்திற்குச் சான்றாகி நிற்கிறது.

மரபுக்கவிதை, எழுத்து, அசை, சீர், பந்தம் (தளை), அடி, தொடை, பா, இனம் முதலிய சுள்ளிச் செடிகள் நிரம்பிய காட்டாறு என்பதன் உருவகமாக இப்பெயரை இந்நூலுக்கு இட்டு அவரும் மகிழ்ந்து நம்மையும் மகிழ்விக்கிறார் கவிஞர்.

கரடு முரடான தோற்றமும் வேகமும் கொண்ட காட்டாற்று நீர் முழுவதும் மாசு கலவாத நீர், மணம் கெழுமிய நீர். நோய்கள் பலவற்றின் மூலம் அறுக்கும், மூவிகை நீர் ஆதல் போல, மரபுக் கவிதையும் மக்கட் பரப்பின் நோய் மூலம் அகற்றும் என்று சொல்லாமற் சொல்லும் தலைப்பை, நூலுக்கு இட்டிருக்கும் கவிஞர் அவர்களை எத்துணை பாராட்டினும்தகும்.

கவிஞரின் கவித்துவ ஆற்றலுக்குச் சில சோறு பதமாகச்சில இவை:-

"நெருப்புக் குளத்தில் நெய்யை ஊற்றி
நிறைக்கத் துடிக்கின்றேன்!"

"புலம்பல் பறவை என்முன் வந்து
புன்ன கைத்தது
விலங்கி பூட்டி விட்டுச் சிறையில் "

"நூல்போலும் அவளிடையோ
நூறுமுறை வளைந்தாடி
நொடிக்கும் - ஒவ்வொரு நொடிக்கும்!"

"காந்தி நாட்டை யாளும் வாய்ப்பை
ஏந்திடா திருந்தும் எல்லா நெஞ்சும்
வேந்தர் ஆனார் வென்று"

"சாவைக் கரங்களில் ஏந்திய வண்ணம்
என்னதான் சொல்ல வருகிறது காலம்?"

"பாக்களை யுருகிப் படிக்குங்கால் - என்
பக்கத்தில் வந்ததே பாங்காக - இன்பச்
சொர்க்கத்தின் வழி சொலுந்தமிழே!-
புவி சுற்றுந் திசையெலாம் செழுந்தமிழே!"

"உதிர்க்கும் வார்த்தை ஒவ்வொன்றுக்கும்
உலகத்தையே துறக்கலாம்.
உதட்டு வார்த்தை உத்தரவில்
சொர்க்கம் கூடத் திறக்கலாம்"

இப்பாடலுக்கு கவிஞர் வைத்திருக்கும் தலைப்பு : "கிறுக்கு
முற்றியது!'

இப்படிப் பற்பல கவித்துவ அடிகள் மிகுந்து கிடக்கும் இந்நூலைக் கற்று மகிழுங்கள்! உங்களுக்கும் கவிதை வரக் கூடும்!

கவிஞர் எம்.எஸ்.ரஜினி பிரதாப் சிங் இன்னும் பல கவிதைத் தொகுதிகளைப் படைத் தளிப்பாராக! நாம் உண்டு மகிழ்வோமாக.

அன்பு மறவா

பொள்ளாச்சி அமுதன்

என்னுரை

எனக்கும் கவிதையெழுத வரும் என்பதைக் கண்டறிய முடிந்தாலும், பள்ளி நாட்களில் நளவெண்பாவும், எட்டுத்தொகை நூல்களும், பாரதியார் கவிதைகளும், வைரமுத்துவின் வைகறை மேகங்களும் என்னில் ஏற்படுத்திய அதிர்வுகள்தாம் யாப்பிலக்கணத்தைக் கற்கத் தூண்டின. யாப்பிலக்கண நூல்களைப் படிக்க ஆரம்பித்தவுடன் தமிழ் மொழியின் தொன்மையும், அழகும், ஆழமும், வளமும் தெளிவுற விளங்கிச் செய்யுளியற்றும் ஆர்வம் மேலோங்கியது. எண்ணற்ற இலக்கியங்களைத் தன்னகத்தே கொண்டுள்ள தமிழ்மொழியில் நான் புதிதாகச் சொல்வதற்கு ஒன்றுமே இல்லை, வள்ளுவர் பாடாத அறமா? கம்பர் இயற்றாத காவியமா? இளங்கோ எழுதாத இலக்கியமா? ஆனாலும் நாக்கொண்டு நான் பேசத் துணைபுரிந்த தமிழைப் பாக்கொண்டு அலங்கரிக்க ஆர்வம் மிகுந்ததன் விளைவுதான் இச்செய்யுட்டொகுதி.

ஆதவனுக்குக் கீழும் மேலும் அனைத்தும் பாடுபொருட்கள்தாம் என்பதால், என்ன பாடப் போகிறோம் என்பதை விட, எப்படிப் பாடப் போகிறோம் என்பதுதான் என்முன் எழுந்த முதல் கேள்வி. சான்றிலக்கிய நூலான சிதம்பரச் செய்யுட் கோவையைப் படித்த பிறகு அதே போல் அனைத்துப் பாக்களையும் பாவினங்களையும் எழுத வேண்டும் என்ற எண்ணம் மேலிட்டதால் தமிழின் நால்வகைப் பாக்களான

வெண்பா, ஆசிரியப்பா, கலிப்பா, வஞ்சிப்பா என்பனவற்றிலும் அவற்றின் இனங்களான துறை, தாழிசை, விருத்தம் ஆகியவற்றிலும், மருட்பாவிலும் புதிய செய்யுட்களான கும்மி, சிந்து, ஹைகூ, உரைநடைக் கவிதை முதலியவற்றிலும் பெரும்பாலானவற்றைப் பாடியிருக்கிறேன்.

சிதம்பரச் செய்யுட்கோவை ஒரு யாப்புச் சான்றிலக்கிய நூல், அதன் அனைத்துச் செய்யுட்களும் ஒரே பாடுபொருளைக் கொண்டு, ஒன்றுடன் ஒன்று தொடர்புடையவை. ஆனால் அடியேனது நூலை யாப்புச் சான்றிலக்கிய நூலெனச் சொல்ல. முடியாது. யாப்புச் சான்று நூல் என்று வேண்டுமானால் வைத்துக் கொள்ளலாம். ஆயிரமாயிரம் முறை நான் மனதுக்குள் அசைபோட்டுச் சுவைத்த "சூரல் பம்பிய சிறுகான் யாறே' எனும் சங்கப்பாடலின் முதலடியையே நூலுக்குத் தலைப்பாகத் தேர்ந்தெடுத்து, அத்தலைப்பில் ஒரு செய்யுளும் முயன்றிருக்கிறேன்.

யாப்புத்தளத்தில் இப்பொழுதுதான் நான் நடை பயிலும் சிறுவன். என் மழலை மொழி பொறுத்துக்கொண்டு, தவறி விழுந்த இடங்களிலெல்லாம் தாங்கிக் கைதூக்கி விடுவீர்கள் என நம்புகிறேன்.

யாப்பிலக்கணம் ஒன்றுதானெனினும் வகையானும் தொகையானும் விரியானும் இலக்கண ஆசிரியர்கள் வேறுபடுவர்.இத்தொகுப்பு யாப்பருங்கலத்தையும், யாப்பருங்கலக்காரிகையையும் அடிப்படையாகக் கொண்டது. உதாரணத்துக்கு, கலிவெண்பாவும் வெண்கலிப்பாவும் ஒன்றெனச் சிலர் கருதினாலும், கலித்தளை விரவி வெண்பாபோல வருவன வெண்கலிப்பா எனவும், வெண்டளை விரவிக் கலிப்பா போல வருவன கலிவெண்பா எனவும்

காரிகையின் அடிப்படையில் வகைப்படுத்தப்பட்டிருக்கும். சில புதுக்கவிதைகள் சிந்துப்பாடல் போலச் சந்தநயத்துடனும் செய்யப்பட்டிருக்கும்.

வாருங்கள், யாப்புக் கடலில் முத்தெடுப்போம்.

கோயம்புத்தூர்.   அன்புடன்,
15.01.2025   எம்.எஸ். ரஜினி பிரதாப் சிங்.

நானுமெழுதினேன்
(கட்டளைக் கலிப்பா)

மூத்த தொல்குடி யாமுல கின்பழ
        முத்த மிழ்வளங் கண்டுளம் பொங்கியே
பூத்த சிந்தனை யானெழு தித்தமிழ்
        போற்ற நானுமிங் கார்வமி குந்தெழ
யாத்த பாக்களைப் பார்த்தசான் றோர்களும்
        யாது கூறுவ ரோபிழை செய்யுளில்
காத்த ருள்வரி ரக்கமென் பேரினில்
        காட்டி யென்மட மைபொறுத் தாள்வரே!

(ஒரு மாச்சீரும், மூன்று கூவிளச்சீருங் கொண்டு நேரில்
தொடங்கப் பதினொன்றும் நிரையில் தொடங்கப்
பன்னிரெழுத்துமாய் ஒவ்வோரரையடியுமமைய, நான்கடி
ஒத்தமைவனவெல்லாங் கட்டளைக் கலிப்பாவாம்)

இலக்கண நூல்கள்
(வெள்ளொத்தாழிசை)

நன்னூலைப் போற்றதும் நன்னூலைப் போற்றுதும்
இன்னருந் தேனென் றிலக்கணங் கற்றுத்தந்
தென்னையுந் தேற்றிய தால்.

காரிகை போற்றுதும் காரிகை போற்றுதும்
சீரிய செய்யுணான் செய்வதறிந் தேகவித்
தூரிகை தூக்குவ தால்.

தொன்னூலைப் போற்றுதம் தொன்னூலைப் போற்றுதும்
கன்னித் தமிழ்ச்சுவைக் கற்கண் டிலக்கணஞ்
சொன்ன தெனக்கத னால்.

(சிந்தியல் வெண்பா ஒருபொருள்மேல் மூன்றடுக்கி
வருமாயினது வெள்ளொத்தாழிசையாம்.)

மழை

(குறள் வெண்பாக்கள்)

1. நனைதற் சுகமே நளினக் குழலாம்
   வனிதை சிகைபோல் மழை.

2. மின்னல் படிந்திடுங் கன்னங் கழுவிடப்
   பெண்மேல் பொழிந்த மழை.

3. நினைவில் அவளொடு நெஞ்சில் கலந்திடும்
   நெற்றியில் சொட்டும் மழை.

4. கருகிச் சரியும் முகிலாம் அவளென்
   அருகினில் இல்லா மழை.

5. சிட்டென் னருகினி லில்லாப் பொழுதினில்
   சுட்டது தீயாய் மழை.

6. துள்ளிக் குதிக்கும் துளிக எவள்பெயர்
   சொல்லிப் பழகும் மழை.

7. கன்னியின் எழிலினைக் கண்டிட வேகமாய்
   மண்ணுல கேகும் மழை.

8. குடையு எவளொடு கூடும் நொடியில்
   கடவுளாய்த் தோன்றும் மழை.

9. மைவிழி காணத் துடிக்கும் அவள்வாயால்
   பெய்யெனப் பெய்யும் மழை.

10. கன்னியுடன் நான்நனைந்தேன்; நின்றும் மனதினில்
    இன்னமும் பெய்யும் மழை.

11. தொட்டுந் தொடர்ந்துமது பட்டும் படர்ந்துமே
    சிட்டின் நினைவாய் மழை.

12. இயற்கை யவளி னழகைப் புகழ்ந்தே
    வியக்கும் மொழியாம் மழை.

13. நனைதற் சுகமா? நினைவு சுகமா?
    எனையென்றுங் கேட்கும் மழை.

14. கம்பிபோல் பெய்து கனியு மவளுடைய
    அம்புவிழி போலிம் மழை.

15. நானவள் மென்மை கவிதையில் கூறவே
    வானவில் தாள்மை மழை.

*(வெண்டளையும் அளவடியும் பெற்று ஈற்றடி சிந்தடியாய்
ஈற்றடியினீற்றுச் சீர் நாள், மலர், காசு, பிறப்பெனும்
வாய்ப்பாடு பெற்றுச் செப்பலிசையுடையதாய்
வருஞ்செய்யுள் வெண்பா வெனப்படும்.
வெண்பாவுக்குரிய பொதுவிலக்கண மெல்லாம் பெற்று
இரண்டடியுடையதாய் வருவது குறள் வெண்பாவாம்.)*

வெண்பாவினி(லி)லக்கணம்
(நேரிசை வெண்பா)

1. குளிரொளியை வாரியே கொட்டிக் குவித்து
   வெளிர்நிலவும் நீந்தியே விண்ணில் - ஒளிர்ந்தபடி
   ஆற்றங் கரையி லமர்ந்திருந்த வென்னிடம்
   நேற்று வினவியது நேர்.

2. பையா வெனக்கேட்டுப் பார்த்தேன்நான் மேனோக்கி,
   ஐயா வெனநகைத்த தம்புலியும் - கையால்
   எழுதுவதை விட்டுநா னென்னவெனக் கேட்டேன்
   பொழுதுபோ காதநிலா பார்த்து.

3. இருள்மண்டும் வேளையி லென்னதான் செய்ய
   விருக்கின்றீ ரென்றுகேட் டிங்கே - தெருக்களில்
   காற்றுங் கலக்கமின்றிக் கண்ணயரும் போதினில்
   சாற்றும் படிச்சொன்னாள் சற்று.

4. வெண்மஞ்சட் பாலை வெளியெங்கு மூற்றியே
   கண்துஞ்ச யாருங் கணப்போது - மெண்ணாத
   திங்களுடன் அங்கே நிகழ்ந்த வுரையினை
   உங்களுக்குச் சொல்வே னுரத்து.

5. கண்பார்த்து மெல்லக் கவியாத்து மீண்டுமாய்ப்
   பின்பார்த் தெதுவும் பிழையின்றி- வெண்பா
   வடிக்கின்றேன் கேளாய் வடிவழகே அள்ளிக்
   குடித்தபடி உன்னில் குளித்து.

6. பொய்யென்றுங் கூறாப் புலவரேவெண்பாவை
   மெய்யா யெனக்குத் தெரியாது - பெய்யும்
   நிலவேகே எஃதொரு நீடுபுகழ் கொண்ட
   புலமை செறிந்த புதிர்.

7. புதிரெல்லாம் நன்கு புரிந்த புலவ
   அதிலென்ன விந்தை அடங்கும் - மதியுனக்குச்
   சொன்னேன், விதிப்படிச் சொற்களெலாம் வெண்பாவில்
   பின்னி யிருக்கும் பிணைந்து.

8. எழுத்துக்குஞ் சொல்லுக்கு மெல்லாப் பொருளு
   மழுத்து முறைமை வகுத்தார் - பழுத்த
   இலக்கணிகள் யாப்புக்கு மின்னருங் கொள்கை
   துலக்கிவைத்தார் காலங்கள் தொட்டு.

9. நால்வகைப் பாக்களுள் நாடறிந்த வெண்பாவைப்
   பால்பொழி தட்டே பகர்கிறேன் - கேள், திரு
   வள்ளுவரு மௌவையும் வான்புக ழேந்தியும்
   அள்ளினர் கூடைக ளால்.

10. அதிகந் தெரிந்துகொள்ள ஆசைதா னையா
    விதிக ளெனக்கு விளங்க -மதியே
    அடிப்படை யானவை ஐந்துண்டு நன்கு
    படித்தா லியற்றலாம் பாட்டு.

11. அடியி னளவுந் தளைகளு மோசை
    அடியின் வகையு மடியின் - முடிவி
    லமையு மசையு மழகுற வைந்தாற்
    சமையுநல் வெண்பா விருந்து.

12. அளவென்று சொன்னீர்தா னன்பரே நானும்
    விளங்கும்படி சொல்லும் விதியைக் - களங்கமில்லாத்

திங்கட் சுடரே தெளிவெண் ணிலவேநா
னிங்கதைச் சொல்வே னினித்து.

13. ஈற்றடி மட்டு மிலங்கிடும் முச்சீரால்
வேற்றடி யாவும் விளங்கிடும்-நாற்சீரா
லூர்ந்தபடி தோன்று மொளித்தட்டே பாடலில்
சேர்ந்ததடி வெண்பாச் சிறப்பு.

14. அளவினை நன்றா யறிந்தே னருமைத்
தளைகளைச் சொல்வாய் தலைவா-இளைத்து
வளரும் வழக்கத்து வட்டமே வந்தேன்
தளையைப் பகரத் தனித்து.

15. காய்முன்னர் நேர்வருங் கள்ளூறும் வெண்சீரும்
மாமுன் நிரையும் விளமுன்னர்-பாய்நேரும்
பாவியற் சீருமாய்ப் பால்வெண் டளையெனக்
காவியம் பாடுங் கசிந்து.

16. பாவலரே ஓசையின் பாங்கை விளம்பியே
ஆவலைத் தீரும் மதியெனக்குத் - தேவதையே
செப்பலிசை தந்து செழுமை பொருத்தி
யெப்பொழுதும் வெண்பா வெழுது.

17. கவியே யடியின் கருத்தினைக் கூறின்
புவியுன் புலமை புகழும் - செவிகேள்
திகட்டாக் குளுமை திகழும் புலிநீ
முகப்பி லெரிந்திடு முத்து.

18. ஈரடி யின்குறளும் மூவடிச் சிந்தியலு
மோரடி சேர்ந்தபுக மின்னிசையும் - நேரிசையும்
பல்தொடையும் வெண்பாவிற் பாங்கா யமைந்தடி
சொல்லவரும் வெண்பாச் சுவை.

19. முடிவி லமையும் முறைமை பகர்வீர்
      விடியும் பொழுது விடைதந் - திடுவீர்
      மறுவறு பொன்னாய் மதியரசி கேளா
      யுறுதியாய்ச் சொல்வே னுனக்கு.

20. நேரசை நாளும் நிரையாம் மலருமங்
      கோரசை யென்றே யொதுங்கிடுஞ் - சீரகத்து
      நேர்பும் நிரைபுமாய்க் குற்றுகர மோரசை
      யூர்ந்து முடியு முணர்ந்து.

21. நாள்மலர் காசும் நலமே பிறப்புமெனத்
      தாள்கொண் டெழுதித் தருவேன்நீ - கேள்மதியே
      வெண்பாவுக் காக விடுவே னுயிரையும்
      விண்பாய்க்கு நீயே விளக்கு.

22. அமிழ்தினும் மேன்மை யழகுற வாய்த்த
      தமிழி னினிமையாற் றாங்கள் - நிமிடத்தில்
      பாவி னிலக்கணம் பாடினீர் வெண்பாவுக்
      கோவி யமிட்டீர்சொற் கொண்டு

23. தேனி னினியபல தீஞ்சுவைப் பாடல்கள்
      வானினு மோங்கிய வண்டமிழி- னூனிலு
      மூறு முயிரி லூறையுங் கனிச்சுளைச்
      சாறு மினிக்குமோ சாற்று.

24. கற்கண்டும் நீண்ட கரும்பதன் தண்டும் நேர்ச்
      சொற்கொண்ட பாடற் சுவைகண்டி-டற்பொழுதில்
      நிற்கின்ற தெங்கே நிலவேநீ கண்டுந்தன்
      பொற்கிண்ணத் துள்ளே பொதி.

25. பல்லா யிரமாண்டு பார்த்த செழுந்தமிழைச்
    சொல்லா யிரங்கொண்டு சோடிக்க-வில்லாது
    போய்விடும் வாழ்நாள் புகழ்ந்திட நூறாண்டு
    வாய்த்திட வென்ன வழி?

26. சொன்னாலுந் தீராது சொல்வன்மை போதாது
    எந்நாளும் பாட எழிற்றமிழை- விண்ணகலே
    தூங்கு தமிழின் துணையொடு பேரின்பந்
    தேங்கும் மனதில் திளை.

(வெண்டைளயும் அளவடியும் பெற்று ஈற்றடி சிந்தடியாய்
ஈற்றடியினீற்றுச் நாள், மலர், காக, பிறப்பெனும்
வாய்ப்பாடு பெற்றுச் செப்பலிசையுடையதாய்
வருஞ்செய்யுள் வெண்பா வெனப்படும். நேரிசை
வெண்பாவாவது குறள்வெண்பாத்தானே முன்னொன்றும்
பின்னொன்றுமாகி யிரட்டையாய் வந்து நடுவே
தனிச்சொற்பெற்று, அடியும் நிரம்பி செப்பலிசை
சிதைவுறாம லிருவிகற்பமாயேனு மொருவிகற்ப
மாயேனும் வருத லுளதாம்.)

நிலாப்பெண் திருத்தசாங்கம்
(நேரிசை வெண்பா)

பெயர்

தோட்டப் பசுங்கிளியே தேவதைக்குத் தெய்வங்கள்
சூட்டிய பேரைநீ சொல்லுவாய் - கேட்டால்
துதிபாடி நெஞ்சமெலாம் துள்ளும் அவள்பேர்
மதியென்றே பாடி மகிழ்

நாடு

இன்னிசை பாடும் இளங்கிளியே
என்காதல் கன்னியின் நாடெதுவோ காட்டுவாய் - என்னே!
புவியினில் இல்லையப் பொன்மதியின் நாடு
சுவர்க்கத்தி லுள்ளதென்றே சொல்.

நகர்

பவளக் கிளியே பனிப்பாதப் பாவை
யவளின் நகரை அறிவி - அவளை
முழுதும் புகழ்ந்து முடிக்கும் புலவர்
குழுவாழ் நகரென்றே கூறு

ஆறு

பூவனக் கிள்ளாய்! புதுவழகு பொங்கிடும்
தேவதையின் ஆற்றைத் தெரிவிப்பாய் - யாவரும்
தின்னத் துடிக்கும் திகட்டாத தேனூறும்
கன்னக் கதுப்புநதி காண்.

<u>மலை</u>

அதிமதுரத் தேன்குரலின் அன்புக் கிளியே
மதியவள் கொண்ட மலையென்ன? - சேதிகேள்
நுங்குக் கனியிரண்டு நூறாய்த் திமிறியே
பொங்கும் இளமைதான் போ

<u>ஊர்தி</u>

சீர்மிழற்றும் பைங்கிளியே சிட்டுக் குமரியின்
ஊர்தி எதுவோ உரைத்திடு - பார்நீ
உதட்டினில் ஊறியே காற்றினில் தேராய்
மிதக்குமப் புன்னகைதான் மெய்

<u>படை</u>

பண்ணிசைக்கும் பாசப் பசுங்கிளியே பாவையாள்
கொண்ட படையென்ன கூறுவாய் - வெண்மதியாள்
நேர்நின்றே ஆளை நெருக்கி அதட்டுமப்
பார்வையே கொல்லும்படை

<u>முரசு</u>

ஆசைக் கிளியே முரசை அறிவித்தால்
பூசை புரிந்துன்னைப் போற்றுவேன் - பாவை
நடைபயிலும் போதெல்லாம் நாட்டியம் ஆடி
இடையதிரும் பின்னே முரசு.

<u>தார்</u>

சின்னஞ் சிறுகிளியே செல்லச் சிறுமியவள்
என்னதான் மாலை எடுத்திட்டாள் - என்னை
இழுத்துப் பிடித்தே இறுக்கி அணைத்துக்
கழுத்தினைச் சுற்றிய கை.

<u>கொடி</u>

அழகுச் சுடர்க்கிளியே அத்தை மகளின்
செழுமைக் கொடியென்ன செப்பு - இளமையைக்
காவலென மூடியே காக்கும் கொடியது
தாவணி மேலாடை தான்.

*(வெண்டளையும் அளவடியும் பெற்ற ஈற்றடி சிந்தடியாய்
ஈற்றடியி னீற்றுச் சீர் நாள், மலர், காசு, பிறப்பெனும்
வாய்பாடு பெற்றும் செப்பலிசையுடையதாய்
வருஞ்செய்யுள் வெண்பா வெனப்படும். நேரிசை
வெண்பாவாவது குறள்வெண்பாத்தானே முன்னொன
பின்னொன்றுமாகி யிரட்டையாய் வந்து நடுவே
தனிச்சொற்பெற்று, அடி நிரம்பி செப்பலிசை சிதைவுறாம
லிருவிகற்பமாயேனு மொருவிகம் மாயேனும் வருத
லுளதாம். மேலும் திருத்தசாங்கமாவது மேற்கண்ட பத்து
தலைப்புகளில் புலவனும் நிலவும் உரையாடற் போன்று
பாடப்படுவதாம்.)*

கோடையிலொரு குளுமை
(நேரிசை வெண்பா)

யாப்பறிந்தேன் வாசிக்கும் யாவரும் இன்புறும்
பாப்புனைந்தேன் தெள்ளமுதப் பைந்தமிழில்- மூப்பில்லாச்
செம்மொழியில் நான்செய்த செய்யுள் தணித்திடும்
வெம்மையைச் சீராய் விரைந்து.

*(வெண்டளையும் அளவடியும் பெற்று ஈற்றடி சிந்தடியாய்
ஈற்றடியினீற்றுச் நாள், மலர், காக, பிறப்பெனும்
வாய்பாடு பெற்றுச் செப்பலிசையுடையதாய்
வருஞ்செய்யுள் வெண்பா வெனப்படும். நேரிசை
வெண்பாவாவது குறள்வெண்பாத்தானே முன்னொன்றும்
பின்னொன்றுமாகி யிரட்டையாய் வந்து நடுவே
தனிச்சொற்பெற்று, அடியும் நிரம்பி செப்பலிசை
சிதைவுறாம லிருவிகற்பமாயேனு மொருவிகற்ப
மாயேனும் வருத லுளதாம்.)*

முத்தத்துவம்
(நேரிசை வெண்பாக்கள்)

- முத்தேயென் பொற்சிலையே மொட்டவிழ்ந்த மோகனமே
  முத்தக் கவிதை மொழிகிறேன் - மொத்தக்
  கதைசொலவுங் கூடுமோ கண்டாலே உன்னை
  இதழ்சிவந்து போகும் எனக்கு.

- முத்தமல்ல நானுனக்கு மூச்சுமுட்ட இட்டவை
  அத்தனையும் அன்பின் அழியாத - முத்திரையாம்
  சித்திரமாய்த் தீட்டினேன் செவ்விதழில் நான்கொண்ட
  மொத்தக்கா தல்தன்னை மொண்டு.

- முத்தமன்று நீயே முதன்முதலில் தந்தது
  சொத்தெனக்கு வேறென்ன சொல்லுவேன் - இத்தரையில்
  பெற்றேனுன் முத்தப் பெரும்பே றதன்மூலம்
  கற்றேன் எழுதக் கவி.

- தேன்பாகில் ஊறும் திராட்சை உதடுகளை
  ஏன்தான் படைத்தாய் இறைவனே - நான்கண்டு
  கவ்விச் சுவைக்கத்தான் காலமெலாம் பாடுபட்டுச்
  செவ்விதழைத் தந்தாயோ செய்து!

- கரும்போ கனிச்சாறோ கற்கண்டோ பூவின்
  அரும்போ இதழிரண்டும் ஐம்பொன் - உருவோ
  அருந்தேனோ நானும் அருந்தேனோ என்றும்
  விரும்பிச் சுவைக்கும் விருந்து.

- பாகிடை ஊறும் பழக்கீற் றுதட்டாளே
  போகிறது மெல்லப் பொழுதெலாம் - ஆகவே
  புத்தம் புதுப்பூவே போதும் அணைத்தென்னை
  முத்தத்தால் காதல்தீ மூட்டு.

- கள்வடியும் பூவிதழ்க் காரிகை யைக்கைகளில்
  அள்ளினேன் பந்துபோல் அப்படியே - துள்ளும்
  இதழில் கவிதை எழுதினேன் சொர்க்கக்
  கதவும் திறந்தது கண்டு.

- மதுவூறும் மல்லிகையோ மன்மதனின் அம்போ
  அதுதேவர் தந்த அமுதோ - இதழ்தான்
  அடடா அடடா அருந்தி மயங்கிக்
  கிடந்தேன் கிறங்கிக் கிளர்ந்து.

- பனிமுத்தம் இட்டாள் பளிங்குச் சிலையயாள்
  இனிப்புத்தேன் சொட்டும் இதழால் - இனியென்
  பிணிதீரும் ஏழு பிறப்பிலுமம் முத்தம்
  மனத்துயர் போக்கும் மருந்து.

- பத்துமுறை மண்ணில் பிறந்தாலும் தேன்முத்தத்
  தித்திப்பென் றென்றென்றுந் தீராது - புத்தியில்
  நித்தமும் அந்த நினைவேதான் நீதந்த
  முத்தத்தில் வாழ்கிறதென் மூச்சு.

- கோவைப் பழச்சிவப்புக் கொஞ்சும் இதழ்கொண்ட
  பாவையைக் கொஞ்சமாய்ப் பார்த்தாலே - சாவையும்
  வாரி அணைத்திடுவேன் வாழ்வில் இனியும்நான்
  சேர எதுவுண்டு செப்பு.

- கொத்துச் சுளையாய்க் குவிந்த குலையிதழைக்
  கொத்திச் சுவைத்துக் குடிக்கையில் - மெத்தைமேல்
  வித்தை புரிந்தாள் விதவிதமாய் என்னுடன்
  அத்தை மகள்தான் அணைத்து.

- பதமாய்ப் படர்ந்தாள் பரவசந் தந்தாள்
  மிதமாய் இதழிசை மீட்டி - முதலில்
  இதமாய்த் தழுவினாள்; இன்னமு தூறும்
  இதழால் சிறைசெய்தாள் ஈர்த்து.

- தொட்டுச் சுவைத்தேனத் தோகையின் செவ்வருந்தேன்
  சொட்டும் இதழின் சுகத்தினை - விட்டேனா
  கொட்டினேன் கன்னத்தில் கோடிமுத்தம் கேளுங்கள்
  கட்டிலும் வெட்கியது கண்டு.

- போதும் இறைவா புவியில் வரமாக
  ஏதுமினி வேண்டாம் எனக்கென - மாதவள்
  ஒற்றைச் சிறுமுத்தம் இட்டாளே அப்போதே
  பெற்றேன் பிறப்பின் பயன்.

(வெண்டளையும் அளவடியும் பெற்று ஈற்றடி சிந்தடியாய்
ஈற்றடியி னீற்றுச் சீர் நாள், மலர், காசு, பிறப்பெனும்
வாய்ப்பாடு பெற்றுச் செப்பலிசையுடையதாய்
வருஞ்செய்யுள் வெண்பா எனப்படும். நேரிசை
வெண்பாவாவது குறள்வெண்பாத்தானே முன்னொன்றும்
பின்னொன்றுமாகி யிரட்டையாய் வந்த நடுவே
தனிச்சொற்பெற்று, அடியும் நிரம்பி செப்பலிசை
சிதைவுறாம லிருவிகற்பமாயேனு மொருவிகற்ப
மாயேனும் வருத லுளதாம்.)

பிளவுசிசம்
(நேரிசை வெண்பாக்கள்)

தந்தச் சிலையெனத் தங்க நிலவெனச்
சிந்தை மயக்குஞ் செழுங்கன்னி - வந்ததும்
சந்தக் கவிதைச் சரித்திர மாய்ந்திட்டாள்
விந்தைத் தமிழழ வியந்து

எதையுமே யாப்பி லெழுதுவே னென்றேன்
கதைவிடு கின்றீர், கழுதை - உதைக்குமெனில்
நம்புவே னானால் நடம்புரியு மென்றாலோ
நம்புவனோ வென்றாள் நகைத்து.

நகைத்துக் கழுதையாம் நானென்று சொன்னால்
திகைத்துப் பயந்தா திரிவேன் - வகையாய்
தலைப்பொன் றெனக்கவள் தந்திடச் சொன்னேன்
மலைப்பென் றெதனையு மற்று.

ஏடொன் றெடுத்தே னெழுதிக் குவித்தேனே
கோடொன் றுகொடுத்துக் கோலமொன்று - போடென்று
சொன்னாள் பிளவு சுதலைப்பெண் றாளடடா
என்னவும் வேண்டு மினி?

ஆதவனின் கீழே அனைத்தையும் முன்னோர்
பாதகமின்றி வைத்தனர் பாட்டினில் - ஆதலால்
யாரும் முயலும்முன் யாத்தேன் படித்துநீர்
பாரும் பிளவுசுப் பாட்டு,

துள்ளல் கவிதைகள் தொடுத்தென் மனதினில்
கொள்ளைப் பரவசங் கொண்டேனோர் - விள்ளல்
சுவைத்தா லெவருமே சொல்வார் கிறங்கி
அவைபே ரதிசய மென்று.

புவியெங்குங் கோதையைப் பூவெழுது கோலாஞ்
சிவிகையில் தூக்கியே செல்வேன் - கவிதைக்
குளத்தினில் மூழ்கிக் குளித்தெழுதி னேனப்
பிளவுசுக் காயிரம் பா.

சிந்தை சிலிர்த்துச் செழுமொழியாற் சாற்றுவேன்
சந்தக் கவிதை சமைத்துநா - னெந்தக்
களத்திலும் வெல்வேன் கனவுப் பரிசாய்ப்
பிளவுசைக் கையில் பெற.

மருங்குச் சரிவின் மேலே சரியாய்
மிருதென மேனியை மீட்டிப் - பொருந்தும்
அளவி லதற்கோ ரடிமையென் றாகிப்
பிளவுசுக் காற்றுவேன் பணி.

எழிலுடை நோக்கித் தமதுடை நாணும்
பொழிலிடைத் தேனடைப் பூவும் - குழிந்த
நிலவும் பனியுமே பூசத் துடிக்கும்
பிளவுசின் வண்ணம் பிழிந்து.

நறுக்கிச் செதுக்கி நளினமாய்த் தைத்த
நறுவுடை கண்டதும் நானென் - சிறுவாய்
பிளந்தேன் புவியில் பிரம்மன் படைப்பில்
பிளவுசே தான்வனப் பென்று.

விண்ணி லடையா விரக்தியில் சொர்க்கத்தை
மண்ணிலே தேடும் மழைமுகிற் - றண்ணீர்
இளமாலை நேரத்தி லெய்தியது முக்தி
பிளவுசி லோர்துளி பெய்து.

வெம்மை பொறுக்காமல் வேக்காடு தாங்காமல்
தம்மைக் குளிரூட்டத் தான் பொங்கி-விம்மும்
இளநீர்ப் பெருங்காய் இரண்டு திரண்டு
பிளவுசினுள் ஊறும் பிரிந்து.

வானிலென்ன வாழ்ந்தாய் வனிதையின் ஆடைகாண்
நானிலத்துக் காதரவு நல்குவாய் - கேணி
குளமேரி பொங்குங் குளிர்மழையே மண்ணில்
பிளவுசைக் கண்டிடப் பெய்.

கொடியிடை கண்டபொற் றொடிதனைக் கண்டால்
நெடிதுயிர் பொங்கியென் நெஞ்சம் - நொடியில்
கிளர்ந்து கவிதையிங் கெழுந்திடச் செய்யும்
பிளவுசினை யென்னென் பேன்.

என்னதான் வண்ணமோ ரேழிருந் தாலும்
கன்னியின் மின்மேனிக் காட்சிமுன் - மங்கி
விளங்கும் தொடுவான வில்லே யெவளின்
பிளாவுஸ் நிழலில் பிழை!

தீட்டிய மைசெவித் தோடுடன் சங்கிலி
மாட்டிய கைவளை யாவையுங் - காட்ட
விளங்கினேன் யாதையும் வெல்லு மழகில்
பிளவுசுதா னிங்கு பெரிது.

வைத்தகண் வாங்கிடத் தோன்றாத வண்ணமாய்த்
தைத்தநல் லுடையது தங்கமக-ளைத்திருச்
சித்திரப் பாவையாய்ச் சிந்தையில் தந்ததும்
புத்தி தொலைந்தது போ.

ஆனாலு மாடை அடைந்தபுக ழெவ்வாறு
நானாகக் கண்டு நவிலுகிறேன் - தேனாம்
இளவரசி நெஞ்சி லிருக்கிற தாலே
பிளவுச டைந்தது பேறு.

உடையாத வெண்பனி ஒத்தவளு டுத்த
உடையென்றா லிஃதன்றோ ஊரில் - இடைநூல்
இளங்கன்னி யர்க்கே இவளை வியந்து
பிளவுசுதா னெப்பொழுதும் பேச்சு.

ஒடியாத மின்னற் கொடியிடை கவ்வும்
வடிவாடை பார்த்தபடி வாயால்-கடித்தால்
மிளகாயைத் தேனுறையும் மிட்டாய் போலாக்கும்
பிளவுஸ்போல் வேறென்ன பேசு.

கனன்றெரியும் நெஞ்சின் கதியென்ன வென்று
வினவினேன் தேகம் வியர்த்தேன் - கனவில்
உளறினேன் நாளு முறக்கந் தொலைத்தேன்
பிளவுசைப் பார்த்ததன் பின்.

அரும்பூ வனத்தி லலர்ந்தாளோ காணேன்
கரும்பூறுங் கன்னத்துக் காதல் - நெருப்பை
வளர்த்தா எழகு வழியுந் துகிலாம்
பிளவுசைக் கண்டணிந்த பெண்.

அழகின் ரகசிய மாயிரங் கண்டோர்
வழியா யிறுதியி லோய்ந்தே - னழகுக்
களஞ்சியத் தின்பெருங் காரண மாகப்
பிளவுசைக் கண்டு பிடித்து.

புனல்வான் திறந்து புவியில் பொழிவ
தெனநான் வியந்திடும் தேவி - வனப்புக்
குழல்தா னெழுதுமே கொஞ்சல் கவிதை
பிளவுஸ்மேல் மெல்லப் படர்ந்து.

அமிழ்தெனச் சொல்வே னழகெனச் சொல்வேன்
தமிழில் பெயர்கள் தருவேன் - திமிறி
இளமை ததும்பி யிழுமெனத் திகழும்
பிளவுசுக் கென்ன பெயர்?

சுற்றும் புவியின் சுவர்க்கம் அவளுடையைப்
பற்றினா னிங்கே பசுந்தமிழில் - முற்றும்
விளாம்பிட வெண்பா விருந்து வைத்தேன்
பிளவுசிச மென்றுதலைப் பிட்டு.

(வெண்டளையும் அளவடியும் பெற்ற ஈற்றடி சிந்தடியயய்
ஈற்றடியி னீற்றுச் சீர் நாள், மலர், காசு, பிறப்பெனும்
வாய்ப்பாடு பெற்றுச் செப்பலிசையுடையதாய்
வருஞ்செய்யுள் வெண்பா வெனப்படும்.

நேரிசை வெண்பாவாவது குறள்வெண்பாத்தானே
முன்னொன்றும் பின்னொன்றுமாகி யிரட்டையாய்
வந்து நடுவே தனிச்சொற்பெற்று, அடியும் நிரம்பிச்
செப்பலிசை சிதைவுறாம லிருவிகற்பமாயேனு
மொருவிகற்பமாயேனும் வருத லுளதாம்.)

பித்தனின் பிதற்றல்கள்
(நேரிசை வெண்பாக்கள்)

ஈர்க்குஞ் சுடரா மிருவிழி யால்திரும்பிப்
பார்க்கும் நொடியில் படையையுந் - தீர்த்துக்
கொலைபுரி யாமலே குற்றுயி ராக்கும்
கலையொடு தோன்றினாள் காண்.

ஈடிணை யில்லா யிளமதி யள்ளியே
சூடிய மல்லிகையுஞ் சொல்லுமே - வாடிய
பின்னும் எமக்குப் பெருமை நிலைக்கும்
கன்னியின் கூந்தலைக் கண்டு.

ஒயிலாய்க் கழுத்தை யொருபுறஞ் சாய்த்து
மயில திகாலை மஞ்சள் - வெயிலில்
குளித்து முடித்தபின் கூந்த லுலர்த்தித்
தெளிப்பாள் வளிக்குச்செந் தேன்

பார்வையி லென்ன படைபலங் கொண்டாளோ
நேர்கொண்ட ஒற்றை நிமிடத்தில் - ஈர்க்கும்
மதுவொழுகுங் கண்ணில் மயங்கியே விங்கு
செதுக்கினேன் வெண்பாச் சிலை.

கட்டிக் கரும்புக் கவினுதட்டில் தேன்வழிந்து
சொட்டுஞ் சுவையினிற் சொக்கினேன் -
கலையாத செங்கனிக் கோதையைக் கண்டு
தொலைந்த தெனக்குத் துயில்.

விண்பாடுங் காதல் விளையாடு மேட்டில்
வெண்பாவும் பொங்கி விளைந்தோடும் - கண்பூ
கதைகோடி கூறுங் களிப்பருவி பாயு
மெதையுமே செய்வே னெழுத்து

தண்டளிர்த் தோகையின் தாமரைப் பாதங்கீழ்
மண்ணு மகிலாய் மணப்பதுடன் - வண்ணமாய்
மின்னியே வெங்கும் மிளிரு மதற்குச்செங்
கன்னியின் காலடியே காப்பு.

ஓதுவேன் பாடுவே னோராயி ரங்கவி
கோதுமை வண்ணக் குமரிக்காய்ப் - போதுமோ
என்னுள் விதையா யெழுந்து வளர்காதல்
பன்னெடுங் காலப் பயிர்.

தனித்த வழகு ததும்பிச் சுழலுங்
கனிந்து பிதுங்கிக் கவரு- மினிப்பாய்க்
கொழுத்தது கண்டுநான் கொய்யத் துடிக்கும்
பழுத்த நறுந்தீம் பலா.

குற்றாலச் சாரலுங் கூதலுந் தந்திடும்
வற்றாத கற்பனை வஞ்சிபோல் - முற்றாத
பூஞ்சேற்று வாசம் புகுந்தெழுந்து வீசுந்
தீஞ்சுவைப் பாடற் றிரட்டு.

நின்ற விடத்தில் நிழலுங் கவிபுனையுஞ்
சென்ற விடத்திற் செழுமகளைத் - தின்னத்
துடிக்கு மிருளுந் துலங்கு மொளியும்
வடிக்குஞ் சுடராய் மடல்.

பூவினா லான பொதியெனச் சிந்தைக்குள்
கூவினா எந்தக் குயிலிசையாள் - தீவிரமாய்
வாய்பிளக்கச் செய்தாளவ் வஞ்சிப்பூ வென்காதல்
நோய்தீர ஆண்டாகும் நூறு.

முல்லைக் குறுநகையும் முன்றானைத் தாவணியும்
கொல்லத் துடிக்குமிரு கூர்விழியுஞ் - சொல்லத்
திகட்டாத பேரின்பந் தீராத மோகச்
சுகமான பாடற் சுளை.

கனிவூற்றுச் சொற்கொண்டு காய்ந்தசரு கையு
மினிப்பூட்டி னாளந்த ஈரப் - பனிக்கூழை
யள்ளிக் குடித்திடு மார்வத்தில் நெஞ்சந்
துள்ளிக் குதித்திடுந் தொட்டு.

உப்பிப் பழச்சாற்றி லூறிய கன்னங்கள்
சொப்புச் சிறுவாய் சுரக்குந்தே - னப்பிய
வெல்லப்பா கூறுநல் வெண்ணெய்ச் சுரங்கத்தில்
கெல்லி யெடுத்த கிழங்கு.

தங்கச் சிலையாய்த் தகதகக்கு மித்திரு
மங்கையின் பேரழகு மர்மந்தா - னென்னவோ
பாக்கிண்ணம் போன்ற பனிக்கன்னம் மொண்டுநான்
தேக்கிடுவேன் பாடற் நிரட்டு.

வேலாட்டம் போடும் விழிகண்டு நெஞ்சமின்று
கோலாட்டம் போட்டுக் குதித்தாடுஞ் - சேலாடுங்
குவளைக் கண்ணாள் குமரியைக் கண்டால்
தவறாமல் வீழ்வேன் தனித்து.

நேராகப் பார்த்தாளென் நெஞ்சில் சுகமாகக்
கூரான வாளொன்று குத்தியதே - தீராத
காதற் பெருந்தினவாற் காலமும் நான்பட்ட
சேதத்திற் கீடென்ன செப்பு.

முத்துச் சுடர்வீசும் முன்பல் நிரைதானா
வித்தை புரியும் விழிகளா - மத்தால்
கடைந்து திரண்டபெருங் கன்னச் செழிப்பா
விடையறியப் பார்த்தேன் வியந்து.

வெண்ணிலவும் விண்ணில் வெறுந்தட்டாய்த் தேய்கிறது
பெண்குலத்தி னீடில்லாப் பேரழகே -விண்ணொளியே
மண்ணுலகில் நீயின்றி மாள்வதற்கு முன்பாகக்
கண்மணியுன் காதலுளங் காட்டு.

அன்னமே யுன்றன் அழகுச் சுளைபோன்ற
கன்னத்தைக் கண்ட கணம்முதலா - யுன்னையே
எண்ணி யுருகி யிளைத்தே னொருமுறை
கண்ணால் கருணையைக் காட்டு.

(வெண்டளையும் அளவடியும் பெற்று ஈற்றடி சிந்தடியாய்
ஈற்றடியி னீற்றுச் சீர் நாள், மலர், காசு, பிறப்பெனும்
வாய்ப்பாடு பெற்றுச் செப்பலிசையுடையதாய்
வருஞ்செய்யுள் வெண்பா வென்படும்.

நேரிசை வெண்பாவாவது குறள்வெண்பாத்தானே
முன்னொன்றும் பின்னொன்றுமாகி யிரட்டையாய் வந்து
நடுவே தனிச்சொற்பெற்று, அடியும் நிரம்பி செப்பலிசை
சிதைவுறாம லிருவிகற்பமாயேனு மொருவிகற்ப
மாயேனும் வருத லுளதாம்.)

அந்நாட்கள்
(இன்னிசை வெண்பா)

வண்டூதும் வேய்ங்குழல் கான்மலியச் சென்றதனைக்
கண்டூதும் பாணர்வாழ் நாட, தலைவியோ
நென்ன ரிரவினி லென்ன பகன்றாளம்
மின்னஞ்ச லில்லா யுகத்து.

<u>(வெண்பாவிலக்கணம் பெற்றுத் தனிச்சொல்லின்றி வருவது இன்னிசை வெண்பாவாம்)</u>

நடுவர்

(ப.ஃறொடை வெண்பா)

கொட்டி முழங்கிக் குழுவா யெதிரணியைத்
திட்டி நகைத்துமே தீர்ப்பை வணங்கிடும்
பட்டிமன்றப் பேச்சாள ரோரிருவர் நண்பரா
யொட்டி யுறவாடி ஒப்பந்தம் போட்டனர்.
மிக்கச் சுழன்றுவான் வீதி கடைந்திடுஞ்
செக்குப் புவிவிட்டுச் செத்தபின் செல்வது
சொர்க்கமோ வெந்து சுடுநரகத் தீக்காடோ
தர்க்கம் புரியப் பட்டிமன்ற மங்கு
நடக்கும் வழக்கமுண்டா வென்று புவியில்
கிடக்கு மொருவர்க்கு மற்றொருவர் சொல்ல
வேண்டு மெனக்கூறி வாரங்கள் போனபின்
மாண்டு நரக மடைந்தா னதிலொருவன்
மற்றொருவன் தன்னை மறந்துபுவி யிற்றூங்கச்
சொற்படி வந்தான் நரகத் திலிருந்து
தூக்கங் கலைந்தெழுந்து தோழனைக் கண்டுமிக
ஏக்கத் துடன்கேட்டான் என்னாயிற் றென்று
நரகத்தில் மன்றம் நடக்கும் வழக்க
மிருக்கிற தொன்றை யின்றுகூடச் சொன்னார்கள்
நாதாவென் நண்பா நடுவரே நாளைக்கு
நீதா னெனச்சொன்னான் நின்று!

(வெண்டளையும் அளவடியும் பெற்ற ஈற்றடி சிந்தடியாய்,
ஈற்றடையினீற்றுச் சீர் நாள், மலர், காசு, பிறப்பெனும்
வாய்ப்பாடு பெற்றுச் செப்பலிசையுடையதாய்
வருஞ்செய்யுள் வெண்பா வெனப்படும். நேரிசை
வெண்பாவாவது குறள்வெண்பாத்தானே முன்னொன்றும்
பின்னொன்றுமாகி யிரட்டையாய் வந்து நடுவே
தனிச் சொற்பெற்று, அடியும் நிரம்பி செப்பலிசை
சிதைவுறாமலிருவிகற்பமாயேனு மொருவிகற்ப
மாயேனும் வருதலுளதாம். அடிகளைந்து முதலில்
பலவாகி நீண்டு நடப்பன வாகிய நேரிசை வெண்பாவும்,
இன்னிசை வெண்பாவும் பஃறொடை வெண்பா
வெனப்படும்.)

வதையும் வனப்பும்

(ப:ஃறொடை வெண்பா)

செக்கச் சிவந்த விதழ்களும் பாற்குளத்திற்
சிக்கிச் சுழலுஞ் சிறுவிழியுஞ் செம்மஞ்சள்
வெண்ணெய் நிறங்கொஞ்சம் வெண்ணிலவின் பால்கொஞ்சங்
கிண்ணத்திற் சேகரித்துக் கிண்டி யெடுத்தாற்போல்
மின்னு மிளந்தோலும் மென்னூ லிடையெழிலுங்
கன்னக் கதுப்பழகுங் காணச் சுகந்தந்தே
வென்னை வதைப்பது மேன்....?

*(வெண்டளையும் அளவடியும் பெற்ற ஈற்றடி சிந்தடியாய்,
ஈற்றடையினீற்றுச் சீர் நாள், மலர், காசு, பிறப்பெனும்
வாய்ப்பாடு பெற்றுச் செப்பலிசையுடையதாய்
வருஞ்செய்யுள் வெண்பா வெனப்படும். நேரிசை
வெண்பாவாவது குறள்வெண்பாத்தானே முன்னொன்றும்
பின்னொன்றுமாகி யிரட்டையாய் வந்து நடுவே
தனிச் சொற்பெற்று, அடியும் நிரம்பி செப்பலிசை
சிதைவுறாமலிருவிகற்பமாயேனு மொருவிகற்ப
மாயேனும் வருதலுளதாம். அடிகளைந்து முதலில்
பலவாகி நீண்டு நடப்பன வாகிய நேரிசை வெண்பாவும்,
இன்னிசை வெண்பாவும் ப:ஃறொடை வெண்பா
வெனப்படும்.)*

உறுப்பு நலனுரைத்தல்
(சிந்தியல் வெண்பாக்கள்)

1. பொன்பாளம் போற்றிகழும் பூந்தோளா லள்ளியென்னைக்
   தின்பாளச் செவ்வாய் திறந்துவந்து விழுமொழிக
   ளென்பாடற் காகு மெழுத்து.

2. கொடியாய்ப் படர்ந்து குலுங்கி யழகாய்
   நொடித்திடும் நூலிடையை நூறாண்டு காலம்
   அடிமனது போடு மசை.

3. கொய்வேன் சிவந்த குளிரிதழ்க் கொத்துப்பூப்
   பெய்வேன் மழைபோல் பெருவெள்ளப் பாடலால்
   செய்வே னவளுக்குச் சீர்.

4. தட்டினா லுங்காண் தலைவான் வியந்திறங்கிப்
   பட்டுக் குமரியைப் பார்க்க அவளழகில்
   தட்டுமோ பாவிற் றளை.

5. என்னதா னிட்டா னிழைக்கத் துவங்கிடும்
   முன்பிரம்மன் தந்தான் முழுத்திறன் வஞ்சிகொண்ட
   அன்னத்தின் மென்கா லடி.

6. கொடுத்தா ஞயிரினைக் கொல்கருவி மூல
   மெடுத்தாள் விழியென்னும் வில்லினை யென்மேல்
   தொடுத்தாள் கணைபூந் தொடி.

7. நறுநுதற் சேயிழையாள் நற்கருத்துச் செய்யு
   ஞுறுப்பு நலங்க ளுரைத்துணர்ந் தேனப்
   பொறுப்பைச் சுவர்க்கமே போன்று.

(வெண்டளையும் அளவடியும் பெற்று ஈற்றடி சிந்தடியாய்
ஈற்றடியி னீற்றுச் சீர் நாள், மலர், காசு, பிறப்பெனும்
வாய்ப்பாடு பெற்றுச் செப்பலிசையுடையதாய்
வருஞ்செய்யுள் வெண்பா வெனப்படும். குறள்வெண்பாத்
தானே தன்னிறுதியடி தனிச்சொல்லு மாக வேண்டுமாயி
னதுவும் பெற்று நேரிசை வெண்பாவே போன்று
அளவடியாய் நிரம்பிப் பின்னுமோரடி பெற்று
மூன்றடியால் வருமாயினது நேரிசைச் சிந்தியல்
வெண்பாவாகும்.)

பெயர்ச்சுவை

(குறள் வெண்பா - சிந்தியல் வெண்பா - இன்னிசை வெண்பா)

சொல்லச் சுகமென்பேன் சொத்தென்பேன் உன்பெயரைக்
கல்லும் இயற்றும் கவி.

வெல்லச் சுவையென்பேன் வீணை இசையென்பேன்
சொல்லச் சுகமென்பேன் சொத்தென்பேன் உன்பெயரைக்
கல்லும் இயற்றும் கவி.

முல்லைக் கொடியாளே முத்துச் சுடரேகேள்
வெல்லச் சுவையென்பேன் வீணை இசையென்பேன்
சொல்லச் சுகமென்பேன் சொத்தென்பேன் உன்பெயரைக்
கல்லும் இயற்றும் கவி.

(வெண்டளையும் அளவடியும் பெற்று ஈற்றடி சிந்தடியாய்
ஈற்றடியினீற்றுச் சீர் நாள், மலர், காசு, பிறப்பெனும்
வாய்ப்பாடு பெற்றுச் செப்பலிசையுடையதாய்
வருஞ்செய்யுள் வெண்பா வெனப்படும்.
வெண்பாவுக்குரிய பொதுவிலக்கண மெல்லாம்
பெற்று இரண்டடிகளானமைவனவெல்லாம் குறள்
வெண்பாக்களாம் அவையே தனிச்சொல்லின்றி
மூன்று நான்கடிகளால் நடந்தால் முறையே சிந்தியல்,
இன்னிசை வெண்பாக்களாம்.)

மிளகாய்
(குறள்வெண்செந்துறை)

சிறுசெடி விளைத்த சிவந்த இதழாய்
நறுக்கித் தெறித்து நாவில் சுடராய்

எரிந்தபின் கண்ணில் எண்ணெயாய் வழிவான்; அரிந்தபின்
கையில் அரைநாள் வாழ்வான்.

பச்சை வண்ணப் பட்டுடை அழகும்
அச்சுக் கொட்டிய அருஞ்சிவப் பாடையும்

கண்ணுக் கழகாய்க் காட்சி தந்திடினும்
கண்ணீர் உருவும் கலையில் தேர்ந்த

சித்திரக் குள்ளன், சிறுகாய்ச் சூரன்,
கொத்தெனக் காய்க்கும் குலுக்கல் குமரன்

உண்டியல் பெட்டியில் உருளும் காசென
உண்டிவன் வயிற்றின் உள்ளே விதைகள்

நெற்றியில் முளைத்து நெடிது வளர்ந்து
ஒற்றைக் கொம்பென உயர்ந்து நிற்கும்

காம்பு கொண்ட காரச் சிறுவன்
கூம்பு வடிவக் குட்டித் தூணிவன்.

உழைத்து உழைத்தே ஓடாய்ப் புவியில்
பிழைக்கும் கூட்டம் பெரும்பசி யாற்ற

உப்பு மட்டுமே ஊறிய கஞ்சியைச்
சப்புக் கொட்டிச் சாப்பிடச் செய்யும்

ஒப்பில் லாத உற்ற தோழஞ்சி
வப்பும் பச்சையும் வார்த்த தோலன்.

கோதுமை உப்புமா கொதிக்கிற மணித்துளிப்
போதுநான் ஆறப் பொறுத்திட மாட்டாது

ஆவிமேல் பறக்க அள்ளிக் கொட்ட,
நாவினில் அகப்படும் நறுக்கிய மிளகாய்,

பசியும் குளிரும் படர்ந்த பொழுதிலந்த
ருசியை உணர்ந்து ரசிகன் ஆனேன்!

அறுசுவையுள் ஒன்றாய் அகிலஞ் சொலினும்
நறுஞ்சுவை என்றே நானிங்கு சொல்வேன்.

மாங்கனி வாழை மாதுளை பலாவென
தீங்கனிச் சுவையின் தித்திப்பை அறிந்து

பழங்களின் அருமை பலபேர் பாடினும்
அழகாய்ச் சொல்வேன் மிளகாய்ப் பாடல்!
(குறள் வெண்பாத் தானே தனக்குரிய சிந்தடி,
அளவடியென்னும் இரண்டு சீரினாலொத்து
முடியுமாயினது குறள்வெண்செந்துறையாம். வெள்ளைச்
செந்துறை, செந்துறை வெள்ளை, வெண்செந்துறை,
செந்துறைப்பாட்டு எனினுமொக்கும்)

கோடை
(குறட்டாழிசை)

---

1. ஆடை வெந்தே யவிந்திடு மிந்தக்
   கோடை வெயில்மிகக் கொடிது.

2. பொன்மண் வைரம் பொருளெதுவும் வேண்டா
   தென்றலுங் குளுமையுமே தேவை.

(இரண்டடிகளிலும் சீர்கள் பலவாய் வரப்பெற்று
முதலடியிலும் இறுதியடி சுருங்கி முடியும் குறள்
வெண்பாக்களும் குறட்டாழிசை எனப்படும்)

கறி

(வெண்டாழிசை)

வறுத்தகறிச் சுவையொழுக வரும்வரைக்கும் விருந்தினர்கள்
பொறுத்திருப்ப ரெதுவரையும், பொசுங்கித்தீ யதிமாகிக்
கறுத்துவிட்டால் கலைந்திடுவர் வெறுத்து.

(வெண்டாழிசை தான் மூன்றடியாகி இறுதியடி
வெண்பாவே போன்று முச்சீர் கொண்டு முடிவதாம்.)

முடிசூடா வேந்தன்
(வெண்டாழிசை)

காந்தி நாட்டை யாளும் வாய்ப்பை
ஏந்திடா திருந்து மெல்லா நெஞ்சும்
வேந்த னானார் வென்று

*(வெண்டாழிசைதான் மூன்றடியாகி இறுதியடி வெண்பாவே
போன்று முச்சீர் கொண்டு முடிவதாம்)*

மழலைச்சொல்

(ஒரொலி வெண்டுறை)

ஈன்ற பொழுதிற் பெரிதுவப்பர் தம்மக்கள் கேளிர்முன்
தேன்ற மிழைத்தவிர்த்துக் கிள்ளை மொழிவதுபோல்
ஆங்கிலம் பேசுங்கா லனைவருந் தமிழரே!

(வெண்பாவுக்கினமாய்த் துறைபோன்று நிற்றலால்
வெண்டுறையென்றும் மூன்றடியால் முடிவது
சுருங்கியும், ஏழடியால் முடிவது நீண்டதுமாய்
நான்கின்மேல் வரும் சீரினால் முன்னுள்ள அடியகன்று
ஈற்றடி சில சீரினால் குறைந்து வேறுபடாத
ஒருவகையொலியே யுடைமையா லி:்தோரொலி
வெண்டுறையுமாயிற்று.)

எந்நாளென்பாயோ
(வெளிவிருத்தம்)

சாதிச் சுழலின் சதிவலை யறுபடுவது-எந்நாளென்பாயோ!
சாதித் தணலின் சாம்பர் மலர்வது-எந்நாளென்பாயோ!
நீதிச் சுடரிங்கு நிலைபெற் றொளிர்வது-எந்நாளெளென்பாயோ!
சாதிக் குழந்தை சவலையாய்த் தவழ்வது-எந்நாளென்பாயோ!

மூடப் பழக்கங்கள் மூடியே மறைவது-எந்நாளென்பாயோ!
வேடங் கலைந்தவை விழுந்தினிப் புதைவது-எந்நாளெளென்பாயோ!
பாடல் படித்தினிப் பக்குவ மடைவது-எந்நாளென்பாயோ!
சூடப் பெருவெற்றி சூழத் துடிப்பது-எந்நாளென்பாயோ!

ஆளப் பிறந்ததை அறிந்துணர்ந் தெழுவது-எந்நாளென்பாயோ!
மாளப் பிணிகள் மருந்திடத் தெரிவது-எந்நாளென்பாயோ!
மூளப் பெருந்தீ முழுமட மெரிவது-எந்நாளென்பாயோ!
மீளக் கொடுவழி மிரள்வ தழிவது-எந்நாளென்பாயோ!

புவியில் வாழ்வு புகையெனெத் தெளிவது-எந்நாளென்பாயோ!
அவியும் முன்பே ஆடுவ தொழிவது-எந்நாளென்பாயோ!
குவியும் பாவங் குறைக்கத் தெரிவது-எந்நாளென்பாயோ!
கவியும் எந்தக் கடவுளு மோதுவது-எந்நாளென்பாயோ!

நல்லதை நாடி நலம் பெறத் துணிவது-எந்நாளென்பாயோ!
அல்லதைத் தள்ளும் அறிவினி வருவது-எந்நாளென்பாயோ!
செல்வது குழிக்கெனுஞ் சேதியை அறிவது-எந்நாளென்பாயோ!
நல்லது சொன்னால் நகைப்பதை யொழிப்பது-எந்நாளென்பாயோ!

மனிதா பிறரை மன்னிக்கக் கற்பது-எந்நாளென்பாயோ!
மனிதா உன்றன் மனந்தெளி வடைவது-எந்நாளென்பாயோ!
மனிதா இவையுன் மண்டையி லுறைப்பது-எந்நாளென்பாயோ!
புனிதா என்றுனைப் போற்றிடுங் காலம்-எந்நாளென்பாயோ!

(மூன்றடியாணும் நான்கடியாணும் வந்து
அடிதோறும் ஒரு சொல்லே தனிச்சொல்லாக
இறுதியில் வந்தமையுமானால் அது
வெளிவிருத்தம். வெண்பாவுக்கினமாய்
நிற்றல்பற்றி வெளிவிருத்மானதற்கு வெள்ளை
விருத்தம்,வெண்பாவிருத்தமென்றும் பெயர்களாம்)

வெம்மை
(நேரிசை யாசிரியப்பா)

என்பூர்ந் துட்டுளைத் திடுங்குளிர்ப் பருவ
மென்று போமென் பாயோ தோழீ!
அன்று வாட்டிய கடுங்குளி ரிரவி
லென்றோள் ஞெமுங்கத் திண்டோள் கொண்டு
மெல்லிடை முரலச் சேர்த்த னைத்து
வெம்மை யுண்ட வேந்த னுக்கதைச்
சிந்தை யுணர்த்தக் கோடை
இவ்விடம் வரும்வழி யெதுவென் பாயே!

(அகவலிசையு மியற்சீரு மளவடியும் பெற்று ஏ,
ஓ, என், ஈ, ஆ உ என்றவற்றுள்ளே ஒன்றனை
இறுதியில் கொண்டு முடியுஞ் செய்யுளான
ஆசிரியப்பாவி னீற்றயலடி முச்சீராய் வருமாயி னது
நேரிசையாசிரியப்பாவாகும்.)

இன்னும்
(நேரிசை யாசிரியப்பா)

வானும் ஊர்ந்திடும் வடிவுடை நிலவும்
தேனும் பூவும் தென்றல் காற்றும்
பாவின் சீர்மையும் பனியும்
தேவி உன்னைத் தீண்டிடும் சுகமே...!

(அகவலிசையு மியற்சீரு மளவடியும் பெற்று ஏ,
ஓ, என், ஈ, ஆ உ என்றவற்றுள்ளே ஒன்றனை
இறுதியில் கொண்டு முடியுஞ் செய்யுளான
ஆசிரியப்பாவி னீற்றயலடி முச்சீராய் வருமாயி னது
நேரிசையாசிரியப்பாவாகும்.)

துப்புரவு
(இணைக்குறளாசிரியப்பா)

துப்பர வுமெங்குந் தூய்மை யுந்தான்
சொத்தென் றென்றோ
சொன்னா ராகத்
துப்புக் கெட்ட கூட்ட மொன்று
துப்பித் துப்பி யெச்சிற் கடலாய்
இப்புவி மிதக்க இன்புறு கிறதே!

(ஆசிரியப்பாவின் பொது இலக்கணம் பொருந்தி,
முதலடியும் ஈற்றடியும் நான்கு சீர்த்தாய் இடையடிகள்
ஒன்றும் பலவாய் குறளடியானும் சிந்தடியானும் வரப்
பெறுவது இணைக்குறளா சிரியப்பாவாம்)

சூரல் பம்பிய சிறுகான் யாறே
(நிலைமண்டல ஆசிரியப்பா)

சூரல் பம்பிய சிறுகான் யாறே
ஈரஞ் சொட்டப் பாடி னாரே
ஆரவ ரெனமிக வறிந்தவர் சிலரே
நேரசை நிரையில் நெக்குரு கியதே!

(அகவலிசையு மியற்சீரு மளவடியும் பெற்று ஏ, ஓ, ன்,
ஈ, ஆ, ஐ என்றவற்றுள்ளே யொன்றனையிறுதியில்
கொண்டு முடியுஞ் செய்யுளாள வாசிரியப்பாவி
னடிகளெல்லாமளவடிகளாய் நடக்குமாயினது
நிலைமண்டில ஆசிரியப்பா வெனப்படும்.)

என்னவது..?
(அடிமறிமண்டல ஆசிரியப்பா)

மின்னோ கன்னியின் மெலிந்தமென் மருங்கோ
பொன்னோ தோளும் பூவோ போரோ
முன்னோ பின்னோ முத்தச் சாறோ
என்னோ கொல்வ தென்னைக் கூற்றோ?

(மடங்கிச் சென்று ஒன்று மற்றொன்றன் நிலைக்களத்து
நிற்றற்கேற்ற நாற்சீரடியாத்து வரும் ஆசிரியப்பா
அடிமறிமண்டல ஆசிரியப்பாவாகும்)

கவியிடைச் சுளை

(அடிமறிமண்டல ஆசிரியப்பா)

கொடியோ நூலோ கோதை யிடையோ
ஒடியா தோடிடு மொளியின் கீற்றோ
வடியா தூறும் வண்ணக் கோடோ
முடியா தெழுதிட முகிழ்த்திடுங் கவியோ!

(மடங்கிச் சென்று ஒன்று மற்றொன்றன் நிலைக்களத்து
நிற்றற்கேற்ற நாற்சீரடியாத்து வரும் ஆசிரியப்பா
அடிமறிமண்டல ஆசிரியப்பாவாகும்)

சொல்மதியே
(ஆசிரியத்தாழிசை)

இன்று முன்மாலை யெழில்மதி வானில்
நின்று கதிர்வீச வந்தா லதனிடம்
ஒன்று கேட்போ முடனிரு பெண்ணே

பொன்னை யுருக்கிப் பொழிவது போலிங்கு
இன்னொளி யூற்றும் நிலவே நீயு
மென்னவள் முகத்தினு மெங்ஙனம் சிறந்தவள்.?

இனிமை மிகுந்த இரவாய் மாற்றித்
தனிமை கொல்லும் தன்மை யுடையாய்
கனிந்த இவளினும் குளுமை கொண்டாயோ...!

(அடிகளாலொத்தொருபொருள்மேற் கோவையாயடுத்து
வருவனாவாகிய மூன்று செய்யுள்கள் விழுமிய இசையும்
பொருளு முடையனவாயின:தாசிரியத் தாழிசையாம்.)

வாழி தமிழே

(ஆசிரியத்தாழிசை)

ஆன பெருமையெலா மணிந்து தமிழேநீ
போன திசையெலாம் புகழே சூழவிரி
வானப் பெருவெளியாய் நீண்டு வாழி!

நீலப் பெருவானும் நிலங்கட லுஞ்சூழ்ந்த
ஞால மசைந்ததிர வளமைச் சுடர்பொலிய
காலங் கடந்தெழுவா யாண்டு வாழி!

நீந்திப் பிறவிக்கடல் கடக்க நின்னருள்
ஏந்தி யிங்கெவரு மினிதே யுய்திடவே
மாந்தர் குலந்தழைக்க நீடு வாழி!

(அடிகளாலொத்தொருபொருள்மேற் கோவையாயடுத்து
வருவனவாகிய மூன்று செய்யுள்கள் விழுமிய இசையும்
பொருளு முடையனவாயின்ஃதாசிரியத் தாழிசையாம்.)

வா

(ஆசிரியத்துறை)

(நான்கடியாய் எருத்தடி நைந்தும், எருத்தடி குறைதலுடன்
இடைமடக்காயும், நான்கடியாய் இடையிடையே
அடிசுருக்காயும்,இடையிடையே அடிசுருக்காதலுடன்
இடைமடக்காயும் வருவதாசிரியத் துறையாம்)

பாதையில் தோன்றும் பாவை
(அறுசீர்க்கழிநெடிலடி ஆசிரிய விருத்தம்)

மாலையில் மனங்கண் மகிழ்ந்திடவே வருநல்
    மாதர்கள் குலச்சுடராம்
சாலையில் என்னைச் சற்றுமட்டும் தினமும்
    சந்திக்கும் முழு நிலவாம்
வேலையை அந்தி வேளைக்குள் நானும்
    வேகமாய் முடித்திடுவேன்
கோலமயில் அவளைத் தரிசிக்க நெடிதாய்க்
    கொலைத்தவம் புரிந்திடுவேன்.

காலை முதலே கன்னிதனைக் காணும்
    கனவுகளில் மூழ்கிடுவேன்
மாலை இனியெப் போதுவரும் என்று
    மணிக்கட்டைப் பார்த்திருப்பேன்
வேலை எதுவும் இதைவிடவும் உண்டோ
    வென்றுமனம் பரபரப்பேன்
வாலைக் குமரி மாலையில் வருமவ்
    வழியையே பார்த்திருப்பேன்.

ஆரணங் கவளை அரைநொடி யேனும்
     காணக் காத்திருப்பேன்
நேரமும் மெல்ல நெருங்கிட வேயென்
     நெஞ்சம் பதைத்திருப்பேன்
வாரமும் ஏழு நாளிலும் அவளே
     வந்தால் சுகமென்னும்
ஈரநி னைவில் மூழ்கிய படியே
     இதயம் நிறைந்திருப்பேன்

கன்னியவள் என்னைக் கடக்கும் ஒருநொடிக்
     காலத்தின் சிறுபொழுதில்
கண்டவளைக் கண்ணில் நிறைக்கப் பெரும்மனக்
     கணக்குகள் போட்டிருப்பேன்
உண்டுறங்கும் வேளை கூட இப்பெரு
     உலகையே மறந்திருப்பேன்
துண்டெனவே இதயம் பிளக்கும் என்னவள்
     தோன்றாத நாட்களிலே.

தூரத்திலே இளஞ்செந் தோகைம யிலவள்
     தோழியருடன் வந்திடுவாள்
ஓரத்திலே நானோ உருகியென் கையில்
     உயிரினைப் பிடித்திருப்பேன்
சாரத்திலே முழுதாய்ச் சந்திரனைத் தனது
     சாடையில் கொண்டவளை
ஆரத்தியெடுத் தவளின் அழகையே நானும்
     ஆராதித் துணர்ந்திடுவேன்

படிப்பினைக் குறித்துப் பேசிய படிவெகு
    பாங்காய்ச் சென்றிடுவாள்
நொடிப்பொழு தெனினும் அடிக்கண்ணில் என்னை
    நோக்கியவள் சென்றிடுவாள்
துடிப்பினை இதயம் அதிகரித்து வேகம்
    தொடங்கியே பதைபதைக்க
அடிதூரம் சென்றும் அப்படியே நின்றும்
    அழகாகத் திரும்பிடுவாள்.

தொலைவினிலே என்னைக் கண்ட தும்தன்
    வேகம் குறைத்திடுவாள்
அலைமோதும் அம்பு விழியால் என்னை
    அளந்து ரசித்திடுவாள்
சிலைக்கூடத் திருந்து நேராய்க் கிளம்பி
    இங்கே வந்ததுபோல்
குலையாத அழகைச் சொந்த மாக்கிக்
    கூடவே வைத்திருப்பாள்

பார்க்கா ததுபோல் பார்வை யொன்றைப்
    பக்கம் அனுப்பிடுவாள்
தார்ச்சா லைமேல் தான்க வனம்போல்
    டாட்டா காட்டிடுவாள்
போர்க்கா லம்போல் வேகமாய் உடனே
    போகத் திரும்பிடுவாள்
தீர்க்காப் புதிராய்ச் சிந்தை கலங்கித்
    திணறச் செய்திடுவாள்

தோழியர் யாரும் அறியாவண் ணமிரு
    தோள்களையும் குலுக்கிடுவாள்
நாளது குறைந்து தவறாமல் இங்கு
    நானிருக்க வியந்திடுவாள்
ஊழினும் வேறு காரணமொன் றிதற்கே
    உண்டெனத் தோன்றவில்லை
வாழிட மாயிச் சாலையே அமையும்
    வரமொன்று வேண்டிடுவேன்.

கண்ணோ கருந்தா மரையோ இவளின்
    கவிபொழி விழிகளினை
என்னோ கூறி வியந்து தாளில்
    எழுதிட முடிந்திடுமோ
பொன்னோ சிலையோ பொற்றா மரையோ
    பொங்கும் அமுதூற்றோ
பெண்ணோ இல்லை அழகின் மொத்தப்
    பிறப்பிடம் இவள்தானோ..!

மெய்யோ இல்லை மேகக் கூட்டம்
    மேவிய உடலதுவோ
மையோ இல்லை கண்ணின் கருமை
    மந்திர நிறந்தானோ
கையோ இல்லை களிற்றின் தந்தக்
    காவியப் பேரழகோ
ஐயோ அவளில் லாமல் என்னில்
    ஆவியும் நிலைத்திடுமோ..!

(கழிநெடிலடிகள் நான்கு சீரளவினாலொத்து முடிவது
குறைவுபடுதலில்லாத சீர்களையுடைய அகவல்
விருத்தம் எனப்படும். இப்பாடலில் ஒவ்வொரு
விருத்தமும் வெவ்வேறு வாய்பாடு பெற்றமைந்தவை)

நீயேதான்

(அறுசீர்க்கழிநெடிலடி ஆசிரிய விருத்தம்)

தேனினு மினிப்பாய் நீயோ
      திரட்டிய அழகோ தேரோ
மானிடப் பிறப்போ யாதோ
      மலர்ந்திடும் முகமோ பூவோ
வானில வொளிநீ தானோ
      வளங்கொழி யமுதா னாயோ
ஊனிலு முறைந்தே போனாய்
      உயிரிலுங் கலந்தே வாழ்வாய்

(கழிநெடிலடிகள் நான்கு சீரளவினாலொத்து முடிவது
குறைவுபடுதலில்லாத சீர்களையுடைய அகவல்
விருத்தம் எனப்படும். ஒவ்வோரரையடியும் விளம், மா,
மா எனும் ஒழுங்கிலமைந்த பாவிது.)

தன்னம்பிக்கை

(அறுசீர்க்கழிநெடிலடி ஆசிரிய விருத்தம்)

விழுதா யூன்றிப் பரவி வலிய
    வினைக ளாற்றிடுவாய்
பொழுது மயரா தொளிருங் கதிரோன்
    போல ஒளிர்ந்திடுவாய்
முழுதா யுன்றன் திறத்தைக் கொட்டி
    முயன்று தேர்ந்திடுவாய்
எழுவாய் விரைவாய் இமயந் தொடுவா
    யென்றும் வென்றிடுவாய்...!

(கழிநெடிலடிகள் நான்கு சீரளவினாலொத்து முடிவது குறைவுபடுதலில்லாத சீர்களையுடைய அகவல் விருத்தம் எனப்படும். மா, மா, மா,மா,மா, காய் எனும் ஒழுங்கிலமைந்த பாவிது.)

என்றினி வருவாள்?
(அறுசீர்க்கழிநெடிலடி ஆசிரிய விருத்தம்)

தேன்சுரந் தலர்ந்த தண்பூ
     தேவதை முகத்தைக் காட்டும்
மான்விழி யவளின் கூர்த்த
     மருள்விழி யெழிலைக் காட்டும்
வான்வெளி யுலவுந் திங்கள்
     வஞ்சியின் வனப்பைக் காட்டும்
ஏன்மறந் தாளென் றேனா
     னேங்குவ தென்று தீரும்?

கடலலை கண்டால் போதும்
     கன்னியின் நினைவே மோதும்
மடலவிழ்ந் தொளிர்ப்பூ வீசும்
     மணமவள் மூச்சைப் பேசும்
சடசட வென்று பெய்நீர்ச்
     சத்தமு மவள்பேர் சொல்லு
முடலினி லினியு மென்ற
     னுயிர்கலந் தெவ்வா றொட்டும்?

(கழிநெடிலடிகள் நான்கு சீரளவினாலொத்து முடிவது குறைவுபடுதலில்லாத சீர்களையுடைய அகவல் விருத்தம் எனப்படும். ஒவ்வோரரையடியும் விளம்,மா,மா எனும் ஒழுங்கிலமைந்த பாவிது.)

சொல்வாய்பெண்ணே....!
(அறுசீர்க்கழிநெடிலடி ஆசிரிய விருத்தம்)

செதுக்கிவைத்த சிற்பம்போல் காண்போரைக்
கவர்ந்திழுக்கும்
செவ்வாய்ப் பூவே..

மதுவழிந்து மைகலந்து மான்விழிபோல் மருண்டதிர்ந்து
மயக்கும் கண்ணே...

பதுக்கிவைத்த அழகெல்லாம் மொத்தமாய் என்மீது
பாய்ச்சத் தாங்கேன்
எதுவரைக்கும் இப்படியே நாள்தோறும் வதைத்தபடி
என்னைக் கொல்வாய்....?

(கழிநெடிலடிகள் நான்கு சீரளவினாலொத்து முடிவது
குறைவுபடுதலில்லாத சீர்களையுடைய அகவல்
விருத்தம் எனப்படும். காய் காய் காய் காய் மா தேமா
எனும் ஒழுங்கிலமைந்த பாவிது.)

பிறவி நன்றே
(அறுசீர்க்கழிநெடிலடி ஆசிரிய விருத்தம்)

கதிரவன் மங்கும் மாலை
       கடலலை காலில் மோத,

எதிர்வரும் காற்றும் மெல்ல
       என்முகம் தடவிச் செல்ல

மதிமுகம் கொண்டோள் கையை
       மலரென உணர்ந்தேன் பற்றி.

புதிதெனக் கிளர்ந்தேன் நானும்
       போதுமிப் பிறவி நன்றே.

(கழிநெடிலடிகள் நான்கு சீரளவினாலொத்து முடிவது குறைவுபடுதலில்லாத சீர்களையுடைய அகவல் விருத்தம் எனப்படும். ஒவ்வோரரையடியும் விளம் மா மா எனும் ஒழுங்கிலமைந்த பாவிது.)

இறைவணக்கம்
(எழுசீர்க்கழிநெடிலடியாசிரிய விருத்தம்)

நிறைந்தொளிரும் அறிவுசெல்வம் நீடுபுகழ் நலம்யாவும்
    நீக்கமற நிறைந்தோனின் கொடையே
கறைபடிந்த உள்ளத்தைக் கருணைகொண் டன்பாலே
    கழுவும்பே ராற்றலுடை பரனே
குறையிருப்பி னருள்புரிந்தே யறிவுறுத்தி வழிநடத்துங்
    குருவேயென் னுளமுறைந்த கோவே
மறைப்பொருளே இறையருளே இருள்விலக்குந் தெளிசுடரே
    எந்நாளு முனைவணங்கு வேனே.

(கழிநெடிலடிகள் நான்கு சீரளவினாலொத்து முடிவது
குறைவுபடுதலில்லாத சீர்களையுடைய அகவல்
விருத்தம் எனப்படும். காய் காய் காய் காய் காய் காய்
மா எனும் ஒழுங்கிலமைந்த பாவிது.)

நிலவு

(எழுசீர்க் கழிநெடிலடி ஆசிரிய விருத்தம்)

கருநிற வானில் மிதந்திடும் நிலவே
        கதிர்பொழிந் தொளிர்ந்திடும் கனவே
ஒருமுறை உன்னைக் கண்டிட நானும்
        உலகினைக் கூடவும் சுமப்பேன்
மருந்தெனச் சொல்வேன் மதியொளி யென்றும்
        மனதினிற் பதிந்திடுஞ் சுகமே
விருந்தெனச் சுவைப்பே னிருவிழி கொண்டு
        வெண்ணில வுன்னொளி உண்டே...!

(கழிநெடிலடிகள் நான்கு சீரளவினாலொத்து முடிவது
குறைவுபடுதலில்லாத சீர்களையுடைய அகவல்
விருத்தம் எனப்படும். விளம் மா விளம் மா விளம்
விளம் மா எனும் ஒழுங்கிலமைந்த பாவிது.)

மலரொளி

(எழுசீர்க் கழிநெடிலடி ஆசிரிய விருத்தம்)

வானும் நிலவும் பொலியும் உன்றன்
    வடிவம் கண்டு நாணும்;
தேனும் கரும்பும் இதழைத் தொட்டுத்
    திகைத்து நின்று வெட்கும்;
மீனும் மலரும் ஒளியும் கண்ணின்
    மென்மை கண்டு மிரளும்;
நானும் மகிழ்ந்தேன் உன்னைக் கண்ட
    நாளில் சொர்க்கம் உணர்ந்தே...!

(கழிநெடிலடிகள் நான்கு சீரளவினாலொத்து முடிவது குறைவுபடுதலில்லாத சீர்களையுடைய அகவல் விருத்தம் எனப்படும். மா மா மா மா மா மா மா எனும் ஒழுங்கிலமைந்த பாவிது.)

கனல் மூட்டல்

(எழுசீர் விருத்தம்)

வெள்ளி முகமதி கொண்டு மனதினை
    வெண்டை விரல்களால் மீட்டுவாள்
துள்ளி வருநடை கொண்டு மனதினைத்
    தொட்டுக் கனலினை மூட்டுவாள்
அள்ளி எடுத்தெடுத் தன்பைப் பொழிந்துநல்
    அன்ன மெனக்கனிந் தூட்டுவாள்
தெள்ள முதத்தமிழ் சொல்லி விரிமன
    தெங்கும் நறுங்கவி தீட்டுவாள்

(கழிநெடிலடிகள் நான்கு சீரளவினாலொத்து முடிவது குறைவுபடுதலில்லாத சீர்களையுடைய அகவல் விருத்தம் எனப்படும். மா விளம் மா விளம் மா விளம் விளம் எனும் ஒழுங்கிலமைந்த பாவிது.)

எழுக தமிழா....
(எண்சீர்க்கழிநெடிலடி ஆசிரிய விருத்தம்)

குடம்நிறைந்து மணங்கமழு மதிமதுரத் தேனில்
    கொஞ்சம்போல் மணலள்ளித் தெளித்திட்டாற் போல
சுடர்மிகுந்து கிளர்ந்தொளிரு மிளம்மஞ்சள் பொன்னை
    சுடுதழலி லிட்டுருக்கித் துருகலந்தாற் போல
வடமொழிச்சொல் பிறமொழிச்சொல் எனப்பலவுங் கொட்டி
    வளம்மிகுந்த தமிழ்க்கடலின் தனிப்பெருமை கொன்றாய்
அடத்தமிழா தமிழ்ச்சிறப்பை யுலகறியும் நீயும்
    அறிந்திடுவாய் துயில்நீங்கி யெழுந்திடுவாய் இன்றே....!

(கழிநெடிலடிகள் நான்கு சீரளவினாலொத்து முடிவது
குறைவுபடுதலில்லாத சீர்களையுடைய அகவல்
விருத்தம் எனப்படும். காய் காய் காய் தேமா காய் காய்
காய் தேமா எனும் ஒழுங்கிலமைந்த பாவிது.)

நட்பு

(எண்சீர்க் கழிநெடிலடி ஆசிரிய விருத்தம்)

தனிமரந்தோப் பாகாது தெரிவோம் நாமும்
    தனிமனிதன் என்றாலும் அதுவே நீதி
கனிவகைகள் பலநறுக்கித் தேனும் ஊற்றிக்
    கலந்துண்ண அமிழ்தம்போல் தோன்று மன்றோ
மனிதகுலம் அதுபோல ஒன்றாய்க் கூடி
    மனமொத்து நட்பாக வாழும் போது
இனித்திடுமே நட்பைப்போல் உலகில் ஏதும்
    இல்லையென்று சொன்னாலும் உண்மை தானே....!

(கழிநெடிலடிகள் நான்கு சீரளவினாலொத்து முடிவது குறைவுபடுதலில்லாத சீர்களையுடைய அகவல் விருத்தம் எனப்படும். ஒவ்வோரரையடியும் காய் காய் மா தேமா எனும் ஒழுங்கிலமைந்த பாவிது.)

படையல்

(எண்சீர்க் கழிநெடிலடி ஆசிரிய விருத்தம்)

கனிந்த செவ்விதழ் கண்டுநான் கவ்விடக்
    கரும்பின் தீஞ்சுவை யோவிது தெள்ளென

இனிக்கும் தீம்பலா வின்சுளைச் சாறுதா
    னிதுவோ தேன்பொதிந் தூறிய மென்குளிர்ப்

பனிக்கூழ் பாலொடு சேர்ந்தது போன்றநல்
    படைய லோவிது வேயென நான்மலைத்

தினியும் இவ்விதழ் போலொரு சொர்க்கமிப்
    புவியில் காண்கில னென்றுணர்ந் தேனடா....!

*(கழிநெடிலடிகள் நான்கு சீரளவினாலொத்து முடிவது
குறைவுபடுதலில்லாத சீர்களையுடைய அகவல்
விருத்தம் எனப்படும். ஒவ்வோரரையடியும் மா விளம்
விளம் விளம் எனும் ஒழுங்கிலமைந்த பாவிது.)*

மனம் மகிழ

(எண்சீர்க் கழிநெடிலடி ஆசிரிய விருத்தம்)

காரிருளும் மெதுமெதுவே மாலைப் போதில்
    கவிந்திடவே இரவுவந்து கவ்விக் கொள்ள,
ஊரிலுள்ள மாந்தரெலாம் விரைந்து வீட்டில்
    ஒடுங்கிடவே நொடிப்பொழுதில் மழையும் பெய்ய,
நீரிலாது வாடிநின்ற பயிர்க எல்லாம்
    நீர்குடித்து வேர்பிடித்துத் தழைக்கும் எங்கும்
ஏரிகுளம் நிரம்புமினி ஊறும் கேணி
    என்றுமகிழ்ந் துளம்நிறைந்த தந்த ஊரே.

*(கழிநெடிலடிகள் நான்கு சீரளவினாலொத்து முடிவது
குறைவுபடுதலில்லாத சீர்களையுடைய அகவல்
விருத்தம் எனப்படும். ஒவ்வோரரையடியும் காய் காய்
மா தேமா எனும் ஒழுங்கிலமைந்த பாவிது.)*

எல்லாம் இன்பமயம்
(பதினாறு சீர் விருத்தம்)

வெண்ணிலவும் துயிலெழுந்து மெல்ல வானில்
    ஒளிபொழிய ஊர்ந்துவரும் மாலை நேரம்
விடிகாலை இரைதேடிக் கிளம்பிச் சென்ற
    புள்ளினங்கள் ஓய்வெடுக்கக் கூடு சேரும்.
விண்கிழிய இடிமுழங்க மின்னல் வீச
    திரைவிரித்துப் பிடித்தாற்போல் மழையும் பெய்யும்
வெயிலூறிக் காய்ந்தநிலம் ஈரம் உண்டு
    இளநுங்கு போலிளகி நெகிழ்ந்து போகும்
மண்கூட மணந்துபுது நிறமும் கொள்ளும்
    மலர்க்கூட்டம் புன்னகையால் மனதை அள்ளும்
மலைமுகட்டில் தவழ்ந்தபடி மேகக் கூட்டம்
    மணிக்கணக்காய் மயங்கிடவே மகுடி ஊதும்
பண்ணிறைந்த செந்தமிழில் அழகை எல்லாம்
    சொல்வதென்றால் சுவைபெருகி இன்னும் கூடும்
பைந்தமிழின் துணையோடு பாரில் நாமும்
    பார்ப்பதெல்லாம் இன்பமின்றி வேறில் லையே...!

*(கழிநெடிலடிகள் நான்கு சீரளவினாலொத்து முடிவது
குறைவுபடுதலில்லாத சீர்களையுடைய அகவல்
விருத்தம் எனப்படும். ஒவ்வொரு காலடியும் காய் காய்
மா தேமா எனும் ஒழுங்கிலமைந்த பாவிது.)*

அவளும் நானும்

(*அறுசீர்க் கழிநெடிலடி ஆசிரிய விருத்தம்.*)

(காய் காய் மா
காய் காய் மா)

தெவிட்டாத தெள்ளமுதே இன்பத்
    தேனூறும் சொல்லமுதே பார்வைக்
கவியெழுதும் கண்ணழகே சுவைக்கக்
    கள்ளூறும் கனியிதழே எங்கும்
புவிகாணாப் பேரழகே வண்ணப்
    பூப்பாதப் பொன்மகளே உன்னால்
தவிக்கின்ற தென்னுயிரும் காதல்
    தாகந்தீர்த் தருள்வாயென் கண்ணே.

    எழுசீர்க் கழிநெடிலடி ஆசிரிய விருத்தம்.

(காய் காய் மா தேமா
காய் காய் மா)

தெவிட்டாத தெள்ளமுதே இன்பங் கொட்டத்
    தேனூறும் சொல்லமுதே பார்வைக்
கவியெழுதும் கண்ணழகே சுவைக்கச் சொட்டும்
    கள்ளூறும் கனியிதழே எங்கும்
புவிகாணாப் பேரழகே வண்ணம் கொண்ட
    பூப்பாதப் பொன்மகளே உன்னால்
தவிக்கின்ற தென்னுயிரும் காதல் வேகத்
    தாகந்தீர்த் தருள்வாயென் கண்ணே.

எண்சீர்க் கழிநெடிலடி ஆசிரிய விருத்தம்.

(காய் காய் மா தேமா
காய் காய் மா தேமா)

தெவிட்டாத தெள்ளமுதே இன்பங் கொட்டத்
        தேனூறும் சொல்லமுதே பார்வை யம்பால்
கவியெழுதும் கண்ணழகே சுவைக்கச் சொட்டும்
        கள்ளூறும் கனியிதழே எங்கும் இந்தப்
புவிகாணாப் பேரழகே வண்ணம் கொண்ட
        பூப்பாதப் பொன்மகளே உன்னால் இங்கே
தவிக்கின்ற தென்னுயிரும் காதல் வேகத்
        தாகந்தீர்த் தருள்வாயென் கண்ணே இன்றே....!

(கழிநெடிலடிகள் நான்கு சீரளவினாலொத்து முடிவது
குறைவுபடுதலில்லாத சீர்களையுடைய அகவல்
விருத்தம் எனப்படும்.)

நாற்றிசையும் இன்பம்
(எழுசீர்க் கழிநெடிலடி ஆசிரிய விருத்தம்)

மேற்றிசையில் ஆதவனும் மறைய வானம்
மெல்லத்தன் மீதிருளைப் பூசிக்
காற்றும்தன் கடும்வெம்மை கழற்றி வீசிக்
கனிகின்ற மென்குளிரைத் தன்னில்
ஏற்றிவைக்கும் பொன்மாலைப் பொழுதும் தோன்ற,
என்னவளும் வருவாளோ என்று
நாற்றிசையும் பார்த்திருந்தேன் காதல் செய்ய
நாணமுறும் வானிலவும் கண்டே.

*(கழிநெடிலடிகள் நான்கு சீரளவினாலொத்து முடிவது
குறைவுபடுதலில்லாத சீர்களையுடைய அகவல்
விருத்தம் எனப்படும். ஒவ்வோரடியும் காய் காய் மா
தேமா காய் காய் மா எனும் ஒழுங்கிலமைந்த பாவிது.)*

மேகப்பஞ்சு

(எண்சீர்க் கழிநெடிலடி ஆசிரிய விருத்தம்)

அன்னம்போல் நடைநடந்து தெருவில் மெல்ல
        அதிராமல் அடியெடுத்து வைக்கும் பாங்கில்
என்னைநான் இழந்தேனம் மண்ணில் பாதம்
        எடுத்துவைத்த நொடியில்நான் என்றன் கையும்
பொன்னிகர்த்த பூவையின் மேகப் பஞ்சு
        போன்றபாதம் ஏந்தாதா என்றே ஏங்கிப்
பின்தொடர்ந்தேன் ;புவியுமென்மேல் கோபங் கொண்டு
        பேராசை நிறைவேறா தென்ற தங்கே.

(கழிநெடிலடிகள் நான்கு சீரளவினாலொத்து முடிவது
குறைவுபடுதலில்லாத சீர்களையுடைய அகவல்
விருத்தம் எனப்படும். ஒவ்வோரரையடியும் காய் காய்
மா தேமா எனும் ஒழுங்கிலமைந்த பாவிது.)

இயற்கையென்னும் இனிய துணை!
(நேரிசை ஒத்தாழிசைக் கலிப்பா)

குளிர்குடையும் பெருமலையும் குவிந்துறையும் வெளிர்பனியும்
ஒளிர்ந்தொளிந்து மறைந்துவிடும் முருக்கலைந்த கதிரவனும்
துளித்துளியாய்த் தொடங்கியுடன் பெரிதெனவே தொடர்மழையும்
களித்துமனம் இயற்கையெனும் கடவுளிடம் சரணடையும்.

(தரவு)

இதுவன்றோ பரவசமும்
    இனிக்குமொரு மதுரசமும்
புதுமனது பிறந்தின்பப்
    புனல்வெள்ளம் புரண்டோடும்

மனமெல்லாம் நிறநிறமாய்
    மலர்த்தோட்டம் உருவாகும்
கனமில்லாப் பொருளாகிக்
    கனிந்துள்ளம் லகுவாகும்.
சுழன்றோடும் புவிகூடச்
    சுகமாக வசமாகும்
அழகான உலகாக
    அதிசயங்கள் நடந்தேறும்.

(தாழிசை)

எனவே,

(தனிச்சொல்)

இயற்கை யென்னு மீடில் லாத
பெயருடை வரத்தை நாமும்
வியந்து போற்றி இன்புறு வோமே.

(சுரிதகம்)

(ஒரு தரவு, மூன்று தாழிசை,தனிச்சொல், சுரிதகம்
என்பன வந்து முறையே பொருந்தி நிற்குமாயினது
நேரிசை ஒத்தாழிசைக் கலிப்பா எனப்படும்.)

செழிப்பும் களிப்பும்
(நேரிசை ஒத்தாழிசைக் கலிப்பா)

கோடைமிகக் கதிரவனும் கொடுவெம்மை கொட்ட நிலம்
ஓடைகுளஞ் சுனைகிணறு மொடுங்கிவறண் டுழலமக்கள்
வாடிடவோ ரிளம்மாலை வந்ததுவே துயர்துடைக்க

(தரவு)

மண்குளிர நிலங்கொழிக்க
மழை பொழிய வளஞ்சிறக்கக்
கண்குளிர மனம்மகிழக்
கருமேகம் திரண்டெழவே

விண்ணதிர இடிமுழங்க
விடிந்தபின்னும் மழைதொடர
திண்ணமது இனிச்செழுமை
திரண்டெழுந்து பெருகிவரும்

குடிகளெலாம் வழிநெடுகக்
குவிந்தபடி இதங்கமழும்
செடிகொடியை நுகர்ந்தபடி
சிரிப்புமிக உளம்நிறைந்து

(தாழிசை)

மகிழ்ந்திடவே

(விட்டிசை)

இனிநமக் கெதுதுய ரெனத்தமக் குள்ளகங்
கனிந்தன ருழவுந் தொழிலும்
நனிசிறந் திடுமென நடந்தனர் நிறைந்தே

(வாரம்)

(ஒரு தரவு, மூன்று தாழிசை,தனிச்சொல், சுரிதகம்
என்பன வந்து முறையே பொருந்தி நிற்குமாயினது
நேரிசை ஒத்தாழிசைக் கலிப்பா எனப்படும்.)

கோயம்புத்தூர் மாநகரம்

(அம்போதரங்க வொத்தாழிசைக்கலிப்பா)

கொஞ்சுதமிழ்ச் செவியினிக்குங் கொங்குநிலத் தலைநகராம்
பஞ்சுபணஞ் செழிகோவை பகன்றிடுவேன் கவிசுவைக்க
பிழைக்கவழி பலசொல்லப் பிறந்தபெருந் தொழிற்கோவை
உழைக்கவுளந் துணிந்தவரை உயர்த்திவிடு மெழிற்கோவை
கலைபலவுந் திறங்கொண்டு கற்றுமணங் கமழ்கோவை
மலையளவு புகழ்சேர்த்து மதிப்புடனே திகழ்கோவை

(தரவு)

உருளும்மின் கருவிசெய்யு முலகுபுக மூரிதுவாம்
பருத்தியுடை பெரும்பொறிகள் படைப்பதிலே திறங்கொண்டதாம்
மருத்துவத்தில் சிறந்தபல மனைகள்கொண் டுயிர்வளர்க்கும்
கருத்துப்பல கலைக்கழகக் கல்லூரி பலவுமுண்டாம்
அதிகவளவு நாட்டிற்பெண் அலுவல்பார்க் குமூரிலொன்றாம்
நிதிகுவித்துத் தொழில்பெருக்கும் நிலையுயர்ந்த உழைப்பிடமாம்

(தாழிசை)

மேற்றிசை நெடிதுயர் மலைநின் றாள
நாற்றிசை ததும்பிடுங் குளங்கள் சூழ
ஆற்றின் நீர்வள மருங்கொடை யாக
வீற்றிருக் கிறநறு விளைமை யூரே

(பேரெண்)

சிறுவா ணிச்சுவைச் செழுநீர் கொண்டனை
நறுங்குளிர் தவழ்ந்துமெய் வருடக் கண்டனை
பசுமை சூழ்ந்திடப் பலமரங் கொண்டனை
விசும்பே யெல்லை வெல்லக் கொண்டனை

(அளவெண்)

தென்னைசூழ் சந்தைப் பொள்ளாச்சி
விண்ணைமோ துமலை வால்பாறை
பின்னலா டையுலகத் திருப்பூரும்
பிராய்லர் கறியீனும் பல்லடமும்

மின்னெடுக் குமாலை உடுமலையும்
மேட்டுப் பாளையத்து மென்னீரும்
தொன்மைத் தேர்கொண்ட அவினாசி
தொழிற்கோவை யணிசேர் வட்டங்கள்

(இடையெண்)

அணைகள் நிரம்பினை
        அறிவால் நிரம்பினை
இணையில் தொழில்வளம்
        எங்கும் நிரம்பினை

பயிர்செய் பேறும்
        பாங்காய்ப் பெற்றனை
உயிரில் நிரம்பினையெம்
        ஊனில் நிரம்பினை

வந்தோரை யெல்லாம்
        வாழச் செய்தனை
செந்தமிழ் வளர்த்துச்
        செம்மாந்து நின்றனை

கல்விக் களமாய்க்
        கமழ்ந்தனை உலகுள
செல்வம் யாவுமுற்றுச்
        செழித்துச் சிறந்தனை!

(சிற்றெண்)

எனவாங்கு

(விட்டிசை)

வானும் நீரும் போற்றுக் குன்றும்
கானும் கடலும் போற்ற மக்கள்

தேவர் தாழும் போற்ற விண்பாத்
தூவச் சீரும் போற்ற வெங்கள்

கோயம் புத்தூ ரின்னும் பாரின்
தேயம் யாவும் போற்ற வாழ்கவே!

(வாரம்)

(ஒரு தரவு, மூன்று தாழிசை, விட்டிசை,
போக்கியல் என்பன வந்து முறையே பொருந்தி
நிற்கும் நேரிசை யொத்தாழிசைக் கலிப்பாவே,
நீரின் திரைபோலும் முறைபொருந்தி வருகின்ற
அளவடியாக நாற்சீரடிநாற்சீரோரடி, மூச்சீரடி, இருசீரடி
(பேரெண், அளவெண், இடையெண்,சிற்றெண்)
யென்னும் அம்போதரங்கம் நடுவே
மடுக்கப்படுமாயின:்துஅம்போதரங்க வொத்தாழிசைக்
கலிப்பாவாகும்.)

சானியா நேஹ்றவால்

(வண்ணக வொத்தாழிசைக் கலிப்பா)

விறகுதள்ளி யரிசியிட்டு விதியதன் மேல் பழிசுமத்தி
இறகுகிள்ளிச் செவிகுடைந்த வழக்கமெலா மொழிந்ததுகாண்
இறகணிந்த சிறுபந்தா லிருப்ஃதே யகவைகொண்ட
திறம்மிகுந்த வொருமங்கை திசைபலவவு முலவிவந்து
குவித்தவெற்றி யரும்பெண்மைக் குலத்திற்கே பெருமையாம்
புவிப்பந்தில் நம்நாடும் பூண்டதுகாண் புதுவாகை.

(தரவு)

ஆந்திரத்துத் தலைநகராம் ஐதராபாத் தினில்பிறந்து
தேர்ந்திறகுப் பந்தாட்டந் தினந்தோறும் பயிற்சிபெற்று
உலகளவில் பலபோட்டி கலந்துவெற்றி வலம்வருஞ்சீர்
நலமிகுந்த விளஞ்சாய்னா நேவெல்வா றியநெடுநாள்!
அதிவிரைவில் முதலிடத்தைத் தரவரிசை தருமெனலாம்
பதக்கங்கள் பலவள்ளிப் பட்டங்கள் பலசூடி
நம்மினிய நாட்டுக்குப் புகழ்சேர்க்கப் புறப்பட்ட
விம்முதிறஞ் சிறந்தவேள விளையாடு! புகழ்சூடு!!
கரம்மடைந்த வலைமட்டை களஞ்சுழலுங் கூர்வாளோ
உரம்படைத்த உளங்கொண்டு களவெற்றி குவிப்பாளோ
அணிகலனாய் நாட்டுக்கே ஆகிவிட்ட நேவாலோ
மணிமகுடந் தனையணிந்து மனதெல்லாம் நிறைவாளோ

(தாழிசை)

கடல் மணல் நெடுமலை படரொலி விரிவெளி
கதிரொளி நிகரவள். புகழ்!
சுடர்மிகுந் தொளிர்ந்தடித் தினிதுள வலிமிகு
வளம்பெறு நறுந்திரு மகள்!
கடன்பணி பெருந்திறன் உளவளம் திடமனம்
விளைநில மவளதன் பொருள்!
நடம்புரி பவளென விழிகளில் விழுமவள்
திடலினிற் சுழன்றொளிர் நிழல்!

(வண்ணகம்)

அடைந்தனர் பெருமை அளவிலாது பெற்றோர்
அடைந்தனர் அவளை மகளென வரமாய்
அவையத்து முந்தச் செய்தனரவர் நோற்றதென்ன
தவமெனவுல குவியப்பத் தந்தனள் மகள்

(பேரெண்)

திறமையின் பிறப்பிடமாய்த் திகழ்கின்றவள் சாய்னாவே!
அமைதியி னிருப்பிடமாய் யமைந்தவளும் சாய்னாவே!
களத்தினில் கடுமையைக் காட்டுபவள் சாய்னாவே!
உறுதியி னுண்மை யுருவமும் சாய்னாவே!

(அளவெண்)

தூள்கிளப்பத் தினவெடுக்குந் தோள்
        துல்லியமாய்க் கணித்தெடுக்குங் கண்
வாள்சுழற்றும் வடிவத்துக் கை
        வரலாறு படைத்துவரு முழம்
நாள்கணக்கில் பயிற்சிபெறும் மெய்
        நாற்றிசையும் தரைபறக்குங் கால்.
கோள் பலவும் பறக்குமவள் கொடி
        கொட்டும்புக ழவளதுகா லடி

(இடையெண்)

திறனுமவள்
தீரமவள்
திடனுமவள்
அறமுமவள்
அருமை யவள்
அமைதி யவள்
செறிவு மவள்
சீர்மையவள்
சிறப்பு மவள்
அறிவு மவள்
ஆழ மவள்
ஆழியவள்

(சிற்றெண்)

எனவே

(விட்டிசை)

சாய்னா நேவால் சாதித் தேமெய்
ஓய்ந்தா லும்புகழ் ஒழியா தென்று
கூறுவன் பெருமை யோடு
வேறுக ருத்தின் றியே

(வாரம்)

(அம்போதரங்க உறுப்பின் முன்னே வண்ணகம் என்னும் முடுகியல் வரப்பெற்ற மற்றைய தரவு, தாழிசை, கூன் அடக்கியல் என்னு முறுப்புகளு முளதாகப் பெறுமாயினது வண்ணக வொத்தாழிசைக் கலிப்பா வாகும்.)

நிலாச்சோறு

(கலிவெண்பா)

மாலைக ளின்று கழிகின்ற னசிறார்க்கு
நேரம் விழுங்கு மிணையத்தின் முன்னர்ச்
செயற்கை மொழிபேசுஞ் சித்திரங்கள் கண்டுள்ளஞ்
சிந்திக்க வென்றறிவார் பாட்டி பிசைந்து
கொடுக்கு முருண்டை முதலில் வாங்கிடப்
போட்டியிடுங் கூட்ட நிலாச்சோற்றுத் தீஞ்சுவையை
என்றிவர் கொள்வர் இனி?

(வெண்டளையான் வருவதேனும் துள்ளலிசை
நிகழநிற்கும் சீர்களைப் பெரிதுந்தழுவி தொடை
நியமமின்றி ஈற்றடி முச்சீரால் முடிவது
கலிவெண்பாவாம்.)

குறுஞ்செய்தி
(வெண்கலிப்பா)

1. முதிராத வனிதையர் முகங்காணாப் பொழுதுங்கண்
ணெதிராக வொளிருமுன் னெழுத்துக எலைபேசியில்
புதிரொன்றுங் கிடையாது குறுஞ்செய்தி திரையின்கீ
ழதிராமல் விரல்நுனியா லழுத்து.

2. அழுத்துவிர லெடுக்குமுன்னே யழயழகாய் விரிந்திடுங்காண்
விழிகளின் முன் பலதகவல் விருந்தாக இலைபோட்டே
எழுத்துகள் படித்துப்பார்த் திடையிடையே நறுமையாய்
விழுமியதல் லாதவற்றை விலக்கு.

3. விலகாரே நம்மைவிட்டு வெகுதூர மிருந்தாலும்
பலமணியாய் நண்பருடன் பலசெய்தி பகிர்ந்தாலும்
வலிக்காது விரலெதுவும் வரிவரியாய்
சலிக்காத சாதனமாம் சரி.

4.சரியென்று நினைக்குமெந்தச் சங்கதியை அனுப்பிடவே
விரிந்தொளியை வெளியெங்கும் வீசுதிரை யிருகண்ணி
தெரிகின்ற சிறுவிளக்கு யிடைவிடாது கிளர்ந்தாடித்
தெரிந்திடவே விசைப்பலகை திற

5. திறந்ததுமே திரைமுன்னாற் றெரிகின்ற வெழுத்துக்களின்
பிறவசதி பலகொடுக்கும் மெனுவதனைச் சொடுக்கிடவே
சிறந்தகுறுந் தகவலினைச் செதுக்கிவெளி வழியனுப்பத்
திறனுடைய செய்திகளைத் தேர்.

6. தெரிந்தெடுத்த பிறகதிலே தெளிவெனவே விழிநோக்கிப்
புரிந்தபின்னர் சொடுக்கிடுவாய் புதுச்செய்தி யெனக்காட்டும்
பிரிவுதனை யதனுள்ளே பிழையின்றித் தகவலினை
வரிவரியாய்ப் பதிவுசெய்து வழங்கு.

7. வழங்குமொழி தெரிவுசெய்ய வசதிகளைச் சொடுக்கிடுவாய்
பழந்தமிழோ (ஆங்கிலமோ படித்திடவோ எழுதிடவோ
பழகுவதற் கெளிதுமிகப் பருகும்பால் நிறுத்துமுன்னர்
குழந்தைகளு மினித்தகவல் கொடுக்கும்.

8. கொடுக்கும்முன் படித்திடுவா யொருமுறையோஇருமுனையோ
சொடுக்கிடுவா யனுப்பொன்ற சுடர்மிகுந்த கட்டளையை
யடுத்தபடி யுனக்குவந்த அழகுமிளிர் செய்திகளை
யெடுத்திடவே தகவற்பெட்டி யெழுப்பு.

9. எழுப்பியபின் பதுனுள்ளே யிருக்கும்பல தகவல்களு
மெழுத்துவடி வங்கொண்ட கருத்துமழை நனைந்தபடி
விழுங்கிடலா மிருதெளிந்த விழிகொண்டு **பருகிடலாம்**
குழுநண்ப ரனுப்பியநற் கூற்று.

10 கூறிடலாம் நகைச்சுவைத் துணுக்குகளும் விடுகதையுங்
கூறிடலாம் உலகநடப் பெதனையுமே உடனடியாய்க்
கூறிடலாம் வணக்கங்கள் குழுவிசா ரணைகளுமே
கூறிடலாம் பலதகவ லெவர்க்கும்.

11. எவருடனுந் தொடர்பினிலே இருந்திடலாஞ் செலவின்றிச்
சுவருடனு மமர்ந்திடலாஞ் சொடுக்கியவா ரலைபேசித்
தவறேது மிதிலில்லை தரம்வாய்ந்த ஊடகமாம்
விவரங்கள் தெரிவிக்க விரைந்து.

12. விரைந்தேநா மனுப்பினாலும் விவேகத்தோ டனுப்பவேண்டும்.
கரைந்துகாற் றினிற்சென்று கரமடைந்த பிறகதனைத்
திரும்பவும் பெறநம்மா லியலாது தகவல்க
எருந்தன்மை யுடனிருத்த லழகு.

(கலித்தளை பெருமையும், சிறுமைப் பிறதளையம் வந்து
வெண்பாவே போன்று ஈற்றடி முச்சீரா யிறுதலோடு,
துள்ளலிசை யுடையவை வெண்கலிப்பா வாகும்.)

நம்பிக்கை
(தரவு கொச்சகம்)

முன்வினைகள் கழிக்கவொரு மூவாயி ரமென்பார்சூழ்
பின்வினைகள் விரட்டவொரு பதினாயி ரமென்பார்முன்
என்னவென்று வினவாம லெடுத்தெடுத்துக் கொடுப்பார்காண்
தின்றபின்னெ நிபிளாஸ்டிக் தீங்கென்றால் செவிகேளார்.

(தரவு மாத்திரமாகியும், தரவிரண்டாகியும்,
தாழிசைகளும் சிலவும் பலவுமாய்த் தரவு
முதலியவற்றோடு முறையே பொருந்தியும் மயங்கியும்
வருங்கலிப்பாவெலாங் கொச்சகமாகும்.)

இயற்கையென்னும் இன்னமுது
(தரவு கொச்சகம்)

நெடிதுயர்ந்த தொடர்மலையும்
  நிலங்கொழிக்கும் பெருமழையும்
செடிகொடிபூ மரமிலையும்
  சிவந்தொளிரும் கதிரவனும்
விடிபொழுதின் குளிர்பனியும்
  வெளிர்நீலத் திரைவானும்
இடிமின்னல் இரவுபகல்
  இவற்றுடனே கடல்நிலவும்

இவ்வுலகில்

இன்பம் என்பேன் இன்பம் என்பேன்
இன்னமு தியற்கை யென்பேன்
மன்னுயிர் உளநல மருந்தென் பேனே.

*(தரவு மாத்திரமாகியும், தரவிரண்டாகியும்,
தாழிசைகளும் சிலவும் பலவுமாய்த் தரவு
முதலியவற்றோடு முறையே பொருந்தியும் மயங்கியும்
வருங்கலிப்பாவெலாங் கொச்சகமாகும்.)*

விந்தையிலும் விந்தை
(தரவிணைக் கொச்சகக் கலிப்பா)

இருகண்ணில் நுழைந்தென்றன் இதயமதில் புகுந்திட்டாய்
ஒருமுறைதான் புகுந்தாலும் பலமுறைநீ கவிதையாய்
வருவதென்ன மடைதிறந்து வருபுனலாய் வழிந்தோடி
அருவியென இதயமதன் கதவுதனைத் திறந்ததுமே.

என்றாலும்

இருந்தபொருள் எடுத்தெடுத்து இறைத்தபின்பு குறைந்திடும்
இருந்தபோதும் கவிதையாய் எழுதினானும் குவித்திட்டேன்
அரும்பெறலே உலகமகா அதிசயமாய் வியக்குமாறு
சுரந்துகொண்டே இருக்குமுனது நினைவுகளென்
அகத்திலென்றும்

அவளே என்

கவிதைக்கு வாழ்வளிக்கும் காவியப் பூவாம்
அவிழுங்கால் பாடலை ஆர்க்கும் - பவளக்
கொடி மலரே கோதையே பொற்கிழியே நான்பே
றடைந்தேனே உன்கவிதை யால்.

**(தரவிண்டாய்த் தனிநிலைபெற்றுச் சுரிதகத்தால் முடிவது
தரவிணைக் கொச்சகக் கலிப்பாவாகும்.)**

தாகந்தீர்த்தாள்; மூர்ச்சையுற்றேன்
(மயங்கிசைக் கொச்சகக் கலிப்பா)

பொன்னொளிரும் பூவேயென் புலம்பலும் மென்மொழி
உன்னருகில் நானிருக்க உலகினி லென்னவழி
என்றெனக்குள் வினவுகிறேன் இதயத்தில் கனலுடனே
கன்னியுன் வரவுக்காய்க் கண்ணெரியக் காத்திருப்பேன்

மறுபடியும் நிலவுதிக்க மறுபடியும் கதிருதிக்க
வுறுதியென நொடிக்கணக்கை வரையறுத்து வைப்பதுபோல்
கருணையுடன் திருமகளும் உளம்மகிழ மறுபடியும்
திரும்புவதை அறிந்துகொள்ளத் திட்டமொன்று கிட்டிடாதோ...?

(தரவு)

இரவுகளில் கிளர்ந்தெழுந்து இதயமதில் நிறைகின்றாய்
இரவுகளைக் கடப்பதற்குள் ளெங்கெங்கோ தொலைகின்றாய்

பகல்பொழுதும் வெறும்பொழுதாய் பரிதவிக்கச் செய்கிறதுன்
முகந்தெரியும் கணத்துக்காய் முழுவாழ்வும் பொறுத்திருப்பேன்

சுடுந்தரையில் விழும்மழைபோல் வெறுநிலத்தின் விளைச்சல்போல்
கொடும்பனியி லிளநெருப்பாய்க் குளிரடக்க வருவாயோ

தாய்ப்பிரிந்த கன்றினைப்போல் தவிக்கின்ற தென்னுயிரும்
நோய்தீர நொடிபோதும் நோக்கிடவே வருவாயோ

தளைதட்டி இசைபிறழ்ந்த தமிழ்க்கவியில் சீர்நிறைக்கும்
அளபெடைபோ லெனைநிறைக்க அழகேநீ வருவாயோ..?

கருமேகந் திரண்டுவரக் காத்திருக்கும் விளைநிலம்போல்
உருகுகின்ற உயிர்கொண்டே உழல்கின்றேன் வருவாயோ

(தாழிசை)

கடலிடை வருநுரை கடலலை தொடுதிரை
மடலவிழ் புதுமலர் மரநிழல் படுநிலம்
நெடுமலை தொடர்ந்தெழ நிலமக எதிர்ந்திடக்
கடும்மழை பொழிநிலம் கவினுறு எழில்நலம்
வனஞ்செறிந் தடர்ந்திட வருமழை பெருகிட
புனல்நிறைந் தொழுகிடப் புதுப்பயிர் முளைவிட
செடிகொடி யடர்ந்திடச் செறிந்திளம் பனிவிழ
அடிதொழு மிறைவனின் அருள்நிறைந் தெழுந்திடும்.

(முடுகு)

இவை

(விட்டிசை)

எதுகண்டும் என்னுள்ளம் எள்ளளவும் மகிழாதுன்
மதுததும்பும் விழிதவிர மனமெதிலும் பதியாது

சுடரொளிலும் நுதலெழிலைச் சுழன்றதிரும்
இடைக்கொடியை மடலவிழும் இளநகையை மறப்பேனோ
நறுந்தேனே

இனித்தேனும் இனிக்காது கிளிப்பேச்சும் ரசிக்காது
பனிப்பொழிலுன் காலடியில் பழியாகக் கிடந்தேனே

118

வலமிடமோ திசையெதுவோ வழிமுழுதும் உடனிருந்து
உலவிடும்போ தகலாமல் உன்னிழலாய் இருந்தேனே

என்றுபல விதவிதமாய் எனக்குள்ளே புலம்பியழ
அன்றொருநாள் விடிந்ததுவே அடடடடா அதிசயமே

இத்தனைநாள் தவிக்கவிட்டே எனைப்பிரிந்து சென்றவளும்
புத்தம்புது மலரனவே புலப்பட்டனள் அதிசயமே
வந்தனள்காண் வாராது வந்தமாம ணிபோலுள்ளம்
கொந்தளித்துக் குதூகலித்துக் குலவையிட்டுக் கும்பிடவே

தந்தனள்காண் விழிநிறையத் தரிசனம்நான் பேறடைய
இந்தநொடி மூச்சுமுட்ட எங்கனம்நான் தாங்குவனோ..!

(தாழிசை)

உன்றன்

(விட்டிசை)

மதிபோன் றநுதல் மயில்போன் றநடை
அதிமது ரக்குரல் அணிதவிர்க் குமெழில்
புதிதென இளநகை புரிந்திடுஞ் சிறுவிதழ்
கதிரிழை யொளிர்விழி கதிகலங் கியதுயிர்

(இருசீரெட்டம்போதரங்கவுறுப்பு)

உன்னால்

(விட்டிசை)

தேடிக் கூற்றம் தின்று செல்ல
கூடில் லாம லென்னுயிர் தவிக்கத்
தேவி செய்த திட்டம்
ஆவி இன்னமு மிருப்பது வியப்பே!

(அடக்கியல்)

(கலிக்கோதப்பட்ட ஆறுறுப்பும் மிக்குங் குறைந்தும்
பிறழ்ந்து முறழ்ந்தும் மயங்கியும் வருவனவெல்லாம்
மயங்கிசைக் கொச்சகக் கலிப்பாவாம். இப்பா
தரவிரட்டித்துத் தாழிசையாறும், விட்டிசையும், முடுகியல்
நான்கும், பெயர்த்துந்தாழிசையேழும், விட்டிசையும்,
எட்டம்போதரங்கவுறுப்பும், கூனும் போக்கியலுங்
கொண்டமைந்த மயங்கிசைக் கொச்சகக் கலிப்பா.)

சில மழைத்துளிகளின் பயணக்கதை
(கலித்தாழிசை)

நீலம் படர்ந்தூறி நெடுநாளாய் விரிந்த
கோலப் பெருவானக் குடையதன்கீழ்த்தங்கும்
பால தன்வெண்மை பூண்டு பஞ்சே
போல மிதக்கு பொதிமுகில் மெல்லத்தான்
    வெள்ளுடை நீங்கிக் கருந்துகிலு மணிந்ததுவே.

நீர்சுமந்து மேலே நின்றகரு முகில்களும்
பார்செழிக்கக் கருணை பொங்கிப் பொழிந்தூற்றக்
கார்காலத் திங்களொன்றில் கனத்துப் பெய்யவே
ஊர்மக்கள் தம்மில்ல மொளிந்தும் மரத்தோரம்
    மண்டபங் களடைந்தும் நின்றனர்!

இலைதழைகள் தலைகுளிக்க, ஈயெறும்பு மெழுந்தோட
விலங்கினந்தம் வீடையப் புள்ளினங்கள் கூடைய
நிலமகளும் உளமகிழ்ந்து நறுமணத்தைப் பரப்பிவீசப்
புலனைத்தும் பூரித்துப் பொங்கி வழியச்
சிலநொடியில் மழையுந்தன் குளிர்த்திவலை கொட்டித்
    தெருவெல்லாந் திரண்டோடத் தொடங்கியது.

அந்திப்பொழு தசைந்துளம் விழுங்க மெல்லுலா
வந்தபொழு ததனால் வழியெங்கு மோடிக்
கந்தமெறிந்து காற்றிடைக் கலந்தெழுந்து கொடிப்
பந்தரின்கீழ் முகிழ்ப்பூப் பறிக்கப் பருவத்துச்
சுந்தரியோ ருத்தி வெண்டை விரற்கொண்டு
        சொக்க வுளம் நின்றாள்தன் னில்லில்பின்

மஞ்ஞை யழகுடையாள் மானின் விழிநிகர்த்தாள்
கொஞ்சும் கிளிமொழியாள் கூவுங் குயில்குரலாள்
பிஞ்சுப் பொன்விரலாள் பீலி மெல்லடியாள்
மஞ்சு நிகருடலாள் மழைத்துளி விழுவதுணர்ந்து
        மயக்கும் மணமுறை மஞ்சள்வெண் ணொளிரும்

மல்லிகை இதழ்சில கொய்து கிறங்கி
மெல்லத்தன் னுள்ளங்கை பொதிந்து மேலே
கொல்லு மியல்புடைக்கண் கொண்டு நோக்கத்
துல்ல மொடுவானம் தூறத் தொடங்கியதும்
        துடியிடை இசைக்கத் திருமி நடந்தாள்.

அன்னத்தின் மெல்லடியா லடைந்தாள் தன்னில்லப்
பின்வாச லூட்புகுந்தாள் புகுமுன்னே யவள் தலையில்
மின்னும் மழைநீர்த் திவலைகள் விழுந்தனவே
பின்னை வெளியில் பிடித்தது பெருமழை
        பெய்த துயிர்கள் யாவுந் தழைக்க

நுழைந்தா லுள்ளே நுசுப்பொசிந்து சுழன்றாடக்
குழைந்தா டுங்கருங் கூந்தலின் மேல்விழுந்த
மழைத்துளி கள் சிலவும் மங்கையி னுடலில்
அழையா விருந்தாளி யனைய வழிந்துள
        மசந்து பிதற்றிய தனைத்துங் கேளீர்

குற்றமில் பொன்னும் குவிந்த களமோ
நெற்றியோ பொங்கும் நிலவின் பிரிந்த
தெற்றியோ வினித்தலாற் றேனோ திருமகள்
பெற்ற தென்னவோ பெய்த மழையின்
    பேதைத் துளிநானும் தெரிய வேலுமோ?

என்று பலவா யெண்ணி வியந்தே
இன்னுஞ் சற்றுக்கீ ழிறங்கி வழிந்து
நின்றதுவில்லென நெளிபுரு வத்திங்க
ளின்வளக் கருத்த கோட்டின் விளிம்புமேல்
    கொண்டது பேரின்பம் கோடியளவே.

விசயனு மிவைபோல் வில்லெடுப் பானோ
வசமிழந் தவனும் விழுந்திருப் பானோ
அசலை சுழற்றும் அச்சவை தானோ
அசந்தே படைத்தபின் அடைந்திருப் பானோ
    அவன்திற மைதன்னி லவனே வியப்பு!

வழிந்தே யடுத்த வந்துசேர்ந் ததுவே
விழிகளை யழகின் விளக்கோ யவையே
மொழியோ வொலிக்குறிப் பெதுவும் வேண்டாச்
சுழியோ கண்டாரைச் சுருட்டி விழுங்கும்
    சுனையோ வொளிருங் குவளை தாமோ?
கண்ணில் மிதக்குங் கருவிழி களிரண்டும்
வெண்ணெய்க் குளத்தில் விழுந்து நீந்தும்
தண்ணந் திராட்சையே தளியொன் றுரைத்தது
உண்ணு மாசை யோர மொளித்தே
    உடையும் முன்னே அடைந்தது பேறே!

பாலிலூறுங் கருஞ்செர்ரிப் பந்துகள்தா முருளுங்
கோலிநிறங் கருத்தொளிர் குண்டுகள்தா மின்வெறிச்
சாலியுறிஞ்சிக் கிறங்குங்கரு வண்டிணந்தாங் கண்டுய்யக்
கூலியேதும் வேண்டுமோ குளிர்வதனந் தவழ்தலே
        போதுமென்ற துமற்றொரு திவலையும்.

கருவானில் நீந்தும் வெண்மதி கண்டுள்ளேன்
இருவெண் வானில் நீந்தித் திளைக்கும்
கருநிலவு களிங்குதான் காண்கின்றே னென்றுமற்
றொருமுறை நீர்ச் சொட்டு முரைத்த தவளினழ
        குறையுங் கண்வனப்புக் கண்டு.

செதுக்கிய வெண்ணெய்ச் சிலைதான் கனிச்சுளை
பதுக்கிய பட்டுத் திரைதான் பூந்தேன்
ததும்பும்மெழுகுத் தளந்தான் தந்தநிறக்
கதுப்பென் பதனைக் கன்னத்தில் வழிந்து
        கண்டுபிடித் துமகிழ்ந்த தச்சொட்டு

வீசிய தென்றலும் விழையும் பனிப்புகை
பூசிய பிஞ்சு போலக் காணும்
நாசியை யடுத்து நகர்ந்து பருத்த
ஊசியை யொத்தவின் னொருசொட்டு உதடெனும்
        ஓவியம் வாழுகின்ற இடமே!
கன்னல் பிழிந்தூற்றிக் கற்கண்டு பிசைந்தூட்டி
மென்மை மலரிதழ்கள் மெல்ல இழைத்திழைத்து
மின்னு மொளியிட்டு மெத்தென்ற முகிலடைத்து
கன்னியி னதரங்கள் கட்டினானோ அழகுக்
        கடவுளும் கலைஞுன்தா னென்சொல்குவேன்.

கொவ்வைச் சிவப்பெழிலுங் கொஞ்சுங் கிளிமொழியுஞ்
செவ்வை யாய்க்கொண்ட சிறுவிதழை மிகக்கண்டே
இவ்வா றொருதுளியு மியம்பிக்க களிக்க

துவ்வாற் றிளைத்தன துளிகள் பலவும்
        பொற்றொடியாளி னழகைப் போற்றியே!

சங்குக் கழுத்தோ சந்தனக் கிணறோ
கொங்கு வழியுங் குடத்தின் துளையோ
பொங்கும் வனப்புப் புனைந்த குழலோ
செங்கை யாளச் சிறுமியின் நலனைச்
        செப்பி மகிழ்ந்தன சிலதுளி களூர்ந்து.

முறித்துப் பிளந்த மூங்கிலை யிழைத்துப்
பறித்த முல்லைகள் பாங்காய்க் குழைத்த
மறித்து வளைத்த தளிர்தோள் தன்னைக்
குறித்துத் துளிகள் குதித்துத் தம்முள்
        கொண்டன வின்பங் கோடியளவு.

விழியும் நெற்றியும் வில்லாம் புருவமும்
கழியாந் தோளுங் கன்னக் கொழுப்புஞ்
செழித்த விதழுஞ் செவ்வாய் வடிவும்
        சேர்ந்து கண்டன துளிக ளௌவையும்.

ஈர்க்கும் புவியினிரு விசையாலே
நீர்த்துளி யவையையும் நிலத்தை நோக்கி
ஆர்த்துப் பாய, அழகடைந்தன வவளுடல்
சேர்ந்தபடியால்,சிலையவளைத் தொட்டுணர்ந்த
தீர்த்த மெனவே தேவதை மெய்வழி நீரைத்
        திரட்டிக் குடிக்க நிலமுந் துடித்தது.

தத்தை மிழற்றுந் தண்டமிழ்ச் சொல்லாளின்
தித்திக் கின்ற தீங்கனிச் சுவைதரு கென்ற க
ழுத்தும் மென்றோ ளுந்தாண்டி
அத்தனை நீரு மருவியாய்ச் சேர்ந்துங்
        கொட்டும் முனைப்புக் கொஞ்சமு மில்லை.

சொக்கு மழகில் சொர்க்க
செக்க ரிதழில் சிந்தை மறந்தோமிப்
பக்க மிருந்தே பார்த்து மகிழ்வோ மெனப்
        பாவையைப் பிரிய மனமின்றிப் புலம்பின.

தேவி யவளின் தேகத்தி லெங்களி
னாவி கிடந்தே அழியட்டும் வெந்துநீ
ராவி யாகி யடைவோம் விண்ணைச்
சாவின் பின்னும் மீண்டும் பெய்தே
        சங்குமிட றுடையாளைச் சந்திப்போம் மழையாய்.

ஆயினும் பாயு மருவியா யிருந்தால்
வேயினுஞ் சிறந்த வெண்டோள் கழுத்தினைக்
கோயிலின் மேலாய்க் கும்பிட்டுத் தாண்டிச்
சாய்ந்தன சரிந்தன சறுக்கின வழுக்கின.
        சாரற்று றுளிகளும் மலைநிகர் சரிவில்.
ஆங்கமைந்திருந்த அடர்திரள் மலைகளுயர்ந்
தோங்கிய பருண்மை யூறுந் தேனுங்கள்ளும்
வீங்கிய தெங்கங் கனியாய்த் திமிரித் தெறிப்பத்
தாங்குவ திடையோ தடுமாறா மலிருப்பது.
        எவ்வித மென்றே எண்ணமிட்டன.

கூர்த்த பந்தோ குன்றோ துகிலைப்
போர்த்த மலையோ பொதிகைச் சரிவோதேன்
வார்த்த கூம்போ வடித்தபொற் கலசமோ
பார்த்த பொழுதோ பறிக்கத் தூண்டும் மாம்.
        பழமோ பனிவாழ் மலரோ நுரையோ வென

மயங்கின தம்மை மறந்தன துளிகள்
நயந்தன வழகு நங்கையின் முலைகள்
வியந்தனை தனங்களைத் தாண்டி வழிந்தன
    விழுந்தன மலைவீழ் பேரருவி யென.

**(இத்துணை யென்னு மடிவரையறையின்றி
யளவினா லொத்து மொவ்வாதும் வந்தீற்றடி மட்டும்
நீண்டிசைக்குமாயினது கலித்தாழிசையாகும்.)**

பார்த்தாலாகாதா?

(கலித்துறை)

தொட்டுக் கடந்துசென்றாய் அன்றே
   தூக்கங் கலைத்துவிட்டாய்!
மொட்டுச் சிறுவிதழால் காதல்
   மூட்டி யெரியவிட்டாய்!
கட்டிக் கரும்பதுவோ உன்றன்
   கரத்தில் கழியெதுவும்!
விட்டுச் சிறுதூரம் சென்றேன்
   வெந்தொ ழிந்தனடி.

மாலைக் குளிரழலோ - கொட்டும்
   மழையின் இசையூற்றோ?
காலைக் கதிரொளியோ-கன்னம்
   கனிந்த சுளைப்பொதியோ?
பாலை நினைவூட்டும்-சுண்ணப்
   பளிங்குச் சுடர்நிறமோ!
வாலைக் குமரியேநீ - என்னை
   வதைத்தும் சுகமேடி.

மெல்லத் துயிலெழுவாய் - அழகே
    மேகப் படுக்கையிலே!
வெல்லக் கிண்ணத்துள் - உன்சொல்
    விழுந்து வெளிவருமோ!
கொல்லக் கருவிழிகள் - என்னைக்
    கூர்ந்து நோக்குதடி! |
செல்லத் துணிந்துவிட்டேன் - காட்டில்
    செத்துங் கவிசொல்வேன்!

நெஞ்சில் மழைத்துளிபோல் - விழுந்து
    நிலைத்து நின்றுவிட்டாய்!
கொஞ்சல் குறுமொழியால் - ஆவி
    கொதித்துத் திணறுதடி.
கெஞ்சிக் கேட்டாலும் - இதயம்
    கிழியத் துடிக்குதடி
தஞ்சம் புகுந்துவிட்டேன் - உன்றன்
    தாள்பணிந் தமர்ந்துவிட்டேன்!

செக்கச் சிவந்தவிதழ் - என்றன்
    சிந்தை கிளறுதடி
சொக்கி மனம்மயங்கி - என்றன்
    சுவாசம் மறந்தனடி
திக்குத் தெரியாமல் - காட்டில்
    திரியும் சிறுவனானேன்
பக்கத் தோரெட்டு - வந்து
    பார்த்தா லாகாதா?

*(நெடிலடி நான்காய், சீர்கள் அடிதோறுமிசைந்து நிகழுஞ்
செய்யுள் கலித்துறையெனப்படும்)*

பெண்
(கலிவிருத்தம்)

வண்ண மலர்போல் வடிவுற்றாள் நொடியில் நுழைந்தெ
னெண்ண முறைந்தா ளெழில்மின்ன வெழுத்தில் கவியாய்ப்
பண்ண முனைந்தேன் பசிதூக்கம் மறப்ப தெனக்குத்

திண்ண மவளோ தெவிட்டாத தெளிதேன் சுவையே.

(நாற்சீரடி நான்காய் முடிந்து, முத லடியின் சீர்களை
யொத்து ஏனையவடிகளின் சீர்களு மமைவது
கலிவிருத்தமாகும்.)

தமிழேஉயிர்

(கலிவிருத்தம்)

அழகேதமிழ் மொழியேஇறை
    யருளேபுகழ்ச் சுடரேயுனைத்
தொழவேதினம் வருவேன்கவி
    தொடுத்தேயலங் கரிப்பேனறி.
பழம்போன்றொரு சுவையானது
    பசிதீர்த்திடும் இனிப்பானநின்
சுழன்றோடிடும் பெருஞ்சீரினைச்
    சுவைத்தாலது பெரும்பேறறி.

அறிவாலெமை வளர்த்தாயுயர்
    வடைந்தோம்மிகச் செழித்தோங்கிய
செறிவால்பெரும் புவிமீதினில்
    சிறந்தேவிளங் கிடுவாய்ப்புகழ்
பொறித்தாயுனைத் தவறாதினிப்
    புகழ்வோம்தினம் மகிழ்வோமுனைக்
குறித்தேயெம துளம்பாடிடும்
    குலையாதவுன் னழகேதனி.

(நாற்சீரடி நான்காய் முடிந்து, முத லடியின் சீர்களை
யொத்து ஏனையவடிகளின் சீர்களு மமைவது
கலிவிருத்தமாகும்.)

யாதுள
(கலிவிருத்தம்)

உலகு தோன்றியு முள்ள வின்னுயிர்
நிலத்தில் கண்டதில் நின்னினும் யாதுள
உலகில் கண்டதி லுன்னினும் பேறுள
இலதென் பேனருந் தாயினும் வேறிலை.

*(நாற்சீரடி நான்காய் முடிந்து, முத லடியின் சீர்களை
யொத்து ஏனையவடிகளின் சீர்களு மமைவது
கலிவிருத்தமாகும்.)*

வியப்பு

(கலித்துறை)

வெண்ணில வுன்னெழில் முன்னுமிழ் தன்னொளி புதியதொரு
வண்ணமு முன்முக மென்நுத லின்பிறை வடிவமுங்கொண்
டெண்ணும தென்னல மின்னரும் பொன்னிலும் பெரிதெனவே
விண்ணில மெங்கிலு முன்நிகர் பெண்ணிலை எனவியக்கும்...!

(நெடிலடி நான்காய், சீர்கள் அடிதோறுமிசைந்து நிகழும்
செய்யுள் கலித்துறையெனப்படும்)

வற்றாத ஊற்று

(கலித்துறை)

கண்டே னவளை யொருநாள் விழியா லமுத
முண்டே னவளி னழகில் மயங்கிக் கிறக்கங்
கொண்டே னிதயம் நுழைந்தே யினிக்குங் கவிதை
மொண்டேன் வற்றாக் காத லூற்றா மவளே..!

*(நெடிலடி நான்காய் நிகழுஞ் செய்யுள் கலித்துறை
யெனப்படும்.)*

தமிழே உயிரே....!

(கட்டளைக் கலித்துறை)

இளமை பொலிந்திட வென்று மொளிர்ந்திடு மின்றமிழே
வளமை மிகுந்தெழ வாடா மலர்நிகர் வண்டமிழே
உளமகிழ்ந் தாரும் உனைப்புகழ்ந் தோதிடு மொண்டமிழே
விளங்கிடு முன்புகழ் விண்மண் ணதிர வெழுந்தமிழே....

(ஐந்தாஞ்சீர் மாத்திரங் கூவிளங்காயாயாவது கருவிளங்காயாயாவது நிற்றலிலும், வெண்டளை யியையைந்து நிற்றலிலுந் தவறாது, நெடிலடி நான்காய் வந்து ஏகாரத்தான் முடியுங் கலித்துறை கட்டளைக் கலித்துறை யாகும்.)

வாழ்வும் சாவும்
(கட்டளைக்கலித்துறை)

சாகவே மாட்டோ மெனவரம் வாங்கிப் பிறந்தவர்போல்
தேகமு முள்ளந் திரிந்தலைந் தாடிப் புவிதனில் வாழ்ந்
தேகமுஞ் சாகையில் வாழவே யில்லையே யென்றிறப்பா
னாகவே நண்பா யனுபவி வாழ்வைக் கடக்குமுன்னே...

(ஐந்தாஞ்சீர் மாத்திரங் கூவிளங்காயாயாவது
கருவிளங்காயாயாவது நிற்றலிலும், வெண்டளை
யியையைந்து நிற்றலிலுந் தவறாது, நெடிலடி நான்காய்
வந்து ஏகாரத்தான் முடியுங் கலித்துறை கட்டளைக்
கலித்துறை யாகும்.)

பனிக்கூழ்

(கட்டளைக் கலிப்பா)

கனிந்த செவ்விதழ் கண்டுநான் கவ்விடக்
    கரும்பின் தீஞ்சுவை யோவிது தெள்ளென
இனிக்கும் தீம்பலா வின்சுளைச் சாறுதா
    னிதுவோ தேன்பொதிந் தூறிய மென்குளிர்ப்
பனிக்கூழ் பாலொடு சேர்ந்தது போன்றநல்
    படைய லோவிது வேயென நான்மலைத்
தினியும் இவ்விதழ் போலொரு சொர்க்கமிப்
    புவியில் காண்கில னென்றுணர்ந் தேனடா....!

(ஒரு மாச்சீரும், மூன்று கூவிளச்சீருங் கொண்டு நேரில்
தொடங்கப் பதினொன்றும் நிரையில் தொடங்கப்
பன்னீரெழுத்துமாய் ஒவ்வோரரையடியுமமைய, நான்கடி
ஒத்தமைவனவெல்லாங் கட்டளைக் கலிப்பாவாம்)

தாடெரியுமுகம்
(குறளடி வஞ்சிப்பா)

விரிவெளிதனில் விரவிநிழலில்
தெரிந்திடுமவள் திருமுகந்தொழ
விரிவெளிதனில் பரந்தலைந்திடத்
திரிந்திடுமனம் திரும்பிடும்நொடி
நனிமகிழ்வடைந் தொளியடைந்துள
மினித்தெழுதிய மதுக்கவியிது
படிக்க
தாளின் மையந் தோன்றும்
வாளின் கூர்கண் வாழும் முகமே!

(குறளடியாய்த் தூங்கலோசையுடன் வஞ்சித்தளையுடன்
வந்து அகவற்சுரிதகத்தால் முடிவது குறளடி வஞ்சிப்பா
வாகும்)

இளநறுமணம்
(குறளடி வஞ்சிப்பா)

மலைமுகட்டினில் கவிழ்ந்திடும்பனி
அலைகடலிடை எழும்முழுமதி
மலர்பரப்பிடும் இளநறுமணம்
நிலங்குளிர்ந்திட விழும்மழைத்துளி

எதுவுமே

அன்னமே நீயும் அருகில் இல்லை
என்றால் ஒன்றும் இல்லை
இன்பம் நீயே என்றன் தேனே...!

(குறளடியாய்த் தூங்கலோசையுடன் வஞ்சித்தளையுடன்
வந்து அகவற்சுரிதகத்தால் முடிவது குறளடி வஞ்சிப்பா
வாகும்)

நண்டூர்கிறது நரியூர்கிறது
(சிந்தடி வஞ்சிப்பா)

நுனியளைந்தன பசுஞ்செடியிலை விழுந்தடர்நிலப்
பனியிழைந்தன நறுமணங்கமழ் மலர்பறித்தன
கணப்பொழுதினில் மயிலழகென அபிநயித்தன
மணற்பெருவெளிக் கவியெழுதின படம் வரைந்தன.
நரியூருதெனத் தடம்பிடித்தன முழங்கரத்தொடு
வரிக்கழுத்தினில் தடம்புரண்டன நொடிதயங்கின
வழுக்கிடத்தளிர்க் கொடிக்கழுத்தினி லதிசயித்தன
விழுந்தனபுவி யிழுத்திடுந்திசை யவனதுகர

விரல்களைந்தும்

கனிமொழி பொழியுங் கன்னி யோடே
இனிதெனக் களித்தன புதுவிளை யாட்டே!

(சிந்தடியாய்த் தூங்கலோசையுடன் வஞ்சித்தளை
பொருந்த வந்து அகவற் போக்கியலுடன் முடிவது சிந்தடி
வஞ்சிப்பாவாகும்.)

யாப்பு
(வஞ்சித்தாழிசை)

யாப்பருங்கல மருந்திடத்திரு
யாப்பருஞ்சுவை விளங்கிடமன
வேப்பிலைக்குண மருந்தனையவே
யாப்பறியாப்புண் மறைந்தழிந்ததே!

யாப்பிலக்கணம் வழங்கிடும்வரை
யாப்பிலக்கணம் விளங்கிடும்வரை
யாப்பிலக்கணம் நிலைத்திடும்வரை
மூப்பிலைதமிழ் மொழிக்கெனலாம்.

யாப்பிலக்கணம் படைத்தவர்புகழ்
யாப்பினுக்குரை வடித்தவர்புகழ்
யாப்பினிற்றேன் குடித்தவனெனத்
தீப்பிடிகவி துடித்தெழுதினேன்.

(குறளடி நான்குடையவனாய்க் கோவைப்பட்டு வருகின்ற
செய்யுள் மூன்றே ஒரு வஞ்சித் தாழிசையாகும்.)

கவிப்பிறப்பு
(வஞ்சித்துறை)

தமிழ்ச்சுவையத னரும்பெருமை
அமிழ்துக்கிணை யெனவுணர்ந்தே
அமிழ்ந்தமிழ்ந்ததை அனுபவித்ததை
சிமிழ்த்திடக்கவி பிறந்ததுகாண்.

(குறளடி நான்குடையனவாய்த் தனியே வந்து
முடியுமாயினது வஞ்சித்துறையாகும்.)

தனிமைத்துணை

(வஞ்சி விருத்தம்)

பனிபொழிந்திடச் சுடர்மிகநிலம் படர்நிலவொளி
நனிபெய்திடு நடுங்கிடுங்குளிர் நடுவிரவினில்
தனிமைசுட தவித்திடவுயிர் தடவிடவுள
தினிமைதரு நினைவெனதுடன் துணையெனவரும்.

(முச்சீரடி நான்காய் வருவது வஞ்சி விருத்தமாகும்)

மழைக்கனவு

(வஞ்சி விருத்தம்)

மின்னல் தெறித்திடி முழங்கமழை
பின்னிப் பெருக்கெடுத் தடர்ந்திரவில்
சன்னல் வழிபுகுந் தயர்ந்துறங்கு
மென்னை யெழுப்பிடத் துயிலகன்று

என்ன நிகழ்ந்தது கனவிதுவோ
என்று குழம்பிட மறுபடியும்
சன்னல் வழியொரு துளியனுப்பிச்
சொன்ன தெனக்கிது நனவெனவே....!

(முச்சீரடி நான்காய் வருவது வஞ்சி விருத்தமாகும்)

அவளின் அழகு
(வஞ்சி விருத்தம்)

காலைக் கதிரின் சுடரொளியாம்
மாலைக் காற்றின் இளங்குளிராம்
சோலைப் பூவின் நறுமணமாம்
பாலை ஒத்த வெளிர்நிறமாம்.

(முச்சீரடி நான்காய் வருவது வஞ்சி விருத்தமாகும்)

கற்றோர் முன்.

(வஞ்சி விருத்தம் -கலிவிருத்தம் -கலித்துறை)

வஞ்சி விருத்தம்

ஓரைந் தெனத்தொல் லிலக்கணஞ்சொல்
சீரை யுடைய அடிநான்காய்
நேரை முதலாய்த் தொடுத்துக்கற்
றோரை யடைவேன் கலித்துறையால்.

(முச்சீரடி நான்காய் வருவது வஞ்சி விருத்தமாகும்)

கலிவிருத்தம்

ஓரைந் தெனத்தொல் லிலக்கணஞ்சொல் நூற்படியே
சீரை யுடைய அடிநான்காய் அடிதோறும்
நேரை முதலாய்த் தொடுத்துக்கற் றுத்தெளிவுற்
றோரை யடைவேன் கலித்துறையா லித்திருநாள்!

(நாற்சீரடி நான்காய் முடிந்து, முத லடியின் சீர்களை யொத்து ஏனையவடிகளின் சீர்களு மமைவது கலிவிருத்தமாகும்.)

கலித்துறை

ஓரைந் தெனத்தொல் லிலக்கணஞ்சொல் நூற்படியே பொருள்பொதிந்த
சீரை யுடைய அடிநான்காய் அடிதோறு மெதுகைகொள்
நேரை முதலாய்த் தொடுத்துக்கற் றுத்தெளிவுற் றபெருஞ்சான்
றோரை யடைவேன் கலித்துறையா லித்திருநாள் மகிழ்வுடனே...!

**(நெடிலடி நான்காய் நிகழஞ் செய்யுள் கலித்துறை
யெனப்படும்.)**

பூவுமா?
(சமநிலை மருட்பா-கைக்கிளை-ஐயம்)

மென்மை நிறைந்து மிளிர்ந்து நறுமணத்
தன்மை வளியிற் ததும்பிப் பரவிடப்
பொன்னி னொளிக்கதிர் பொங்கிப் பெருகிட
மின்னு மழகு மிகுந்த மலரோ

கொஞ்சற் பேச்சால் கூர்த்த கண்ணால்
மஞ்சள் பூசிய வதனத் தாலே
நெஞ்சில் பெண்ணெனத் துணிந்து நானே
எஞ்சிய வரிகளை எழுதி னேனே!

(வெண்பாவு மகவற்பாவு கைக்கிளைப் பொருள்மீது
வந்து அடிவேறுபாடற வமைவது சமநிலைக் கைக்கிளை
மருட்பாவாம்.)

உயிர் பிடுங்கி

(சமனிலை வாயுறை வாழ்த்து மருட்பா)

மழுங்கும் மதியே மதுவரக்க னைவாய்
விழுங்கும் பொழுது விடந்தான்-முழுதாய்க்
கொல்லுங் கள்ளோ கொஞ்சங்
கொல்லும் மீண்டும் கொல்லு மிங்கே.

(வழியானது சிறக்க ஒம்படைச் சொற்களால் வெண்பாவு
மகவற்பாவுமா யடிவேறுபாடறப் பாடப்படும் மருட்பா
சமனிலை வாயுறை வாழ்த்து மருட்பாவாகும்)

நீடு வாழி!
(சமநிலைப் புறநிலை வாழ்த்து மருட்பா)

குற்றமில் லாத குணங்க ளுடையவாய்
நற்றமிழ்ச் சொற்களே நாவினில்-நிற்காப்ப
நீடு வாழ்க நீயும்
பீடு கொண்ட வண்டமிழ்க் குடியே!

*(புறநிலைப் பொருளின் மீது சம அடிகளாலான வெண்பா,
ஆசிரியப்பாக்களாலான வாழ்த்துக்குச் சமநிலைப்
புறநிலை வாழ்த்து மருட்பா என்று பெயர்)*

நிற்கும் புள்

(வியனிலைச் செவியறிவுறூஉ மருட்பா)

மறிகட லோடும் படகு செலுத்தப்
பொறிதுடுப் பின்றிப் புறப்பட்-டறிவார்
தெறிநுரை யாழித் திரையுண வென்றே
குறிக்கோ எதுபோல் கொளலே
மனிதர் தரிக்கிற வாழ்வில் தலைநிமிர்ந் தாக
விரிகதிர் சூழ்ந்த புவியதி லூறோ
எடுத்தனர் கொள்கை எவரு மெளிதில்
தொடுத்தன ரம்பைத் துலக்கினர் வெற்றி
அடுத்தது செய்ய வறிந்திலர் சாய்ந்தே
எடுத்தன ரோய்வு களித்தனர் வாழ்வு

எள்நுனி போன்ற வெளிய விலக்கினைக்
கொள்வது மிங்கே குறுகிய காலத்தி
லடைவதைத் தானே அறிஞர் கலாமும்
புடைத்துச் சலித்துப் புரியவைத் தாரே
குறிக்கோளிங்கே யார்க்கு முண்டது
சிறிதென் பதனால் சீக்கிர மடைவதே
பெரும்பா லோனோர் நிற்கும் புள்ளி
அருஞ்செயல் புரிந்திட எவரும்
மிகப்பெருங் குறிக்கோள் வைத்துழைப் போமே!

(வெண்பா முன்னும், ஆசிரியம் பின்னும்
அடியெண்ணிக்கை வேறுபட்டுச் செவியறிவுறூஉ
என்னும் பொருள்பற்றி வருவது வியனிலைச்
செவியறிவுறூஉ மருட்பாவாகும்.)

கவிதை மொண்டுவரக் காத்திருந்தவன்

(உரைநடைக் கவிதை)

எனக்கேசொந்தமான
கவிதைக் கேணியின்
கடைசிப் படியில்
கால் வைத்துக்
காத்திருந்த தருணமதில்
உவமைகளை நனைத்து
உருவேற்றிப் பார்க்கிறேன்;

சந்தம் வளைத்து
வடிவமிட முயலுகிறேன்;

ஒற்றைச் சிறுகுயிலின்
அந்திதுப்பிய அரையிருள்
கூவலில்
நீ தந்த முத்தத்தின்ஆழத்தில்
ஐம்புலனும் கிறங்கிக் கிடக்கும்
கற்பனையை
வந்ததுதான் எழுப்பேன்.

(செய்யுளிலக்கணக் கட்டுப்பாடுகளின்றிச் செறிவு மிகுந்து உரைநடையொத்தமைப்பது உரைநடைக் கவிதையாகும்.)

கனவோ? கற்பனையோ?

(உரைநடைக் கவிதை)

இருட்செறிவுத்
திண்மத்தில்
பிரபஞ்ச வெளிநிரப்பும்
மழைப் பொருண்மை:

எங்கேயோ பொத்தல்வழி
ஒழுகும் மஞ்சள் நிலவுக்
கிரணக் கசிவு;

நகரச் சனச்சந்தடி நடுவில்
பள்ளிப் பாடமோ,
பேருந்துத் தாமதமோ
சிந்தனைக் குவியலெனப்
பதின்வயது மங்கை;

இதயம் அறுக்கும்
இழவு வீட்டின் மவுனத்திரை;

என்
காலக் கூரை
கவியுமிடமெலாம்
கற்பனையின் கரம்பற்றிக்
கூட வருகிறதுன் ஒற்றை விரல்!

**(செய்யுளிலக்கணக் கட்டுப்பாடுகளின்றிச் செறிவு
உரைநடையொத்தமைப்பது உரைநடைக் கவிதையாகும்.)**

விண்மீன்கள்

(உரைநடைக் கவிதை)

வானக் கூந்தல் சூடிக் கொண்ட
மல்லிகைப் பூக்கள்;
வானக் கம்பளத்தில் சிதறிக் கிடக்கும்
வெண் முத்துக்கள்;
வைர மின்னல் கோடுகளால் கோலமிடக் காத்திருக்கும்
வெள்ளிப் புள்ளிகள்;
ஆதவனின் வருகையில் உருகி மறையும்
பனித்துளிகள்;
பிடிக்கமுடியாத உயரம் பறந்துவிட்ட
மின்மினிப் பூச்சிகள்:
இரவோடு உரையாடி உறவாடும்
உயிர்த் தோழிகள்;
நிலவரசியின் விளையாட்டுத் தோழிகள்;
வானப்பாயில் விழுந்த
வைரப் பொத்தல்கள்;
விண்ணில் நீந்தும் போது விண்மீன்கள் - நம்
கண்ணில் தங்கி நிலைக்கும் போது கண்மீன்கள்;
மொத்தத்தில் விண்மீன்கள்,
இயற்கை அன்னையின் செல்லப்பிள்ளைகள்;
இறைவனின் பாற்கடல் சிதறிய அமிர்தத் துளிகள்.

(செய்யுளிலக்கணக் கட்டுப்பாடுகளின்றிச் செறிவு மிகுந்து உரைநடையொத்தமைப்பது உரைநடைக் கவிதையாகும்.)

ஐயந்திரிபற
(உரைநடைக் கவிதை)

மரணத்தின் வாசல்
மறுபுறத்தில் அதோ!
மனிதா!
ஓடு...... அடை உனது ஆசைகள்!
ஓடென்றது,

கழிந்தது கழிந்துதான்
கவனம் பாதையில்
களிகூர்ந்து திளை!
அகிலம் அனுபவி!
நில்லென்றது!

நொடி தீர, மணி ஓட
நாள், வாரம், ஆண்டு, மாதம்
அளவைக்குள் அடங்காது, வரையறுத்து விடுவாயா? வினவியது!

என்னை விட்டு விட்டு
எதைத்தான் தேடுகிறாய்?
வியந்தது!

நீ போய்ச் சேருமிடம் தெரியாது!
நான் புறப்படுமிடம் புரியாது,
குழப்பியது!

அற்பனே...என்னில்
கோடியில் கோடியில்
கோடியில் ஒரு பங்கேனும்
அனுபவிப்பாயா?
நகைத்தது!

சாவைக் கரங்களில் ஏந்தியவண்ணம்
என்னதான் சொல்லவருகிறது காலம்?

**(செய்யுளிலக்கணக் கட்டுப்பாடுகளின்றிச் செறிவு மிகுந்து
உரைநடையொத்தமைப்பது உரைநடைக் கவிதையாகும்.)**

வேளை தின்னி

(உரைநடைக் கவிதை)

நாள் தவறாச் சாவின் ஒத்திகை
சடுதியில் முடியும்
அமானுஷய வைகறைகள்,

வாழ்க்கைச் செறிவை
வேற்றுமொழியில் விளக்கும்
நண்பகற் போதுகள்;

சோகத்தில் நனைந்த
சுந்தர மாலைகள்;

யாரும் மொழி பெயர்க்க ஏங்கும்
தத்துவ இரவுகள்;

அடுக்கடுக்காய் எத்தனை இட்டும்
நிரப்ப முடியாப்
பேராழக் காலக் குழி!

*(செய்யுளிலக்கணக் கட்டுப்பாடுகளின்றிச் செறிவு மிகுந்து
உரைநடையொத்தமைப்பது உரைநடைக் கவிதையாகும்.)*

காலத்தச்சன்

(உரைநடைக் கவிதை)

ஒரு கையால் வாளையும்
மறுகையால் அம்பையும்
கூராக்கிக் கொண்டிருந்த போதில்தான்
காலத்தச்சனைக் கண்டேன்.

என்
காலச் சேமிப்பை வியந்தவன்
உடனேகச் சொன்னான்.

சென்றவிடத்தில்,
என் வாழ்நாட்கள் ஒவ்வொன்றையும்
சச்சதுர அறைகளில் கண்டேன்.

ஒன்றில் என் பதின் வயதில்
மதுபோதை மீறி
மயங்கி விழுந்து
கிடந்த நாளைக் கண்டேன்;

பிறிதொன்றில்
படை வீரனான புதிதில்
கடை வீதித் தெருவில்
எள்ளுருண்டைக்குக் காசு கேட்டவனின்
கையிரண்டையும் தறித்துக் கொண்டிருந்தேன்;

அண்டை வீட்டானின்
கைக்காப்புப் பொன்கவரக்
குளத்துக் குளியலில்
அழுக்கிக் கொன்ற நாள்,
களம் வென்ற மண்ணில்
கண்ணில் பட்டோரை யெல்லாம்
உறுப்பறுத்த நாட்கள்,

ஊருக்கு
நெருப்பு வைத்த நாட்கள்;
பெண்களைத் தேடிப்பிடித்து.........
செய்த நாட்கள்;

என் வாழ்நாட்களை
வரிசையாகப் பார்த்தபடி
மற்றுமோரரை நுழைந்தேன்....

கை கால்கள்
தனித்தனியே கிடக்க,
யானை மிதித்த என் முகத்தில்
கழுகும் காகமும் கொத்தித்
தின்று கொண்டிருந்தன.

இறந்த காலத்துக்கு
மட்டுமெல்ல,
எதிர்காலத்துக்கும்
அறைகட்டி வைத்திருக்கிறான் தச்சன்.

(செய்யுளிலக்கணக் கட்டுப்பாடுகளின்றிச் செறிவு மிகுந்து
உரைநடையொத்தமைப்பது உரைநடைக் கவிதையாகும்.)

பயணம்

(ஹைகூ)

ஒரே பயணச்சீட்டு
இரண்டுபேர் பயணம்
நானும், உன் நினைவுகளும்!

*(மூன்றே அடிகளில் கருத்தினை, முதலடியில்
தகவலாயும் பின்னடியில் வினா போன்றதொரு
எதிர்பார்ப்பினிடையும் மூன்றாமடியில் விடையாயும்
தரும் நேரடி அனுபவப் பகிர்வே ஹைகூ ஆகும்.)*

ஆரடிச்சாரோ

(தாலாட்டு)

- கண்ணிலே நீரெதற்குக்
  கண்மணியே கண்ணுறங்கு
  சோகமில்லை இனிமேலும்
  சுகமாய்ப் போய்க் கண்ணுறங்கு

- அம்புலியும் ஜொலிக்கிறது
  அனனமே போய்க் கண்ணுறங்கு
  தென்றலுன்னைத் தேடுதுபார்
  தேவியே போய்க் கண்ணுறங்கு

- கனவுகளும் நெடுநேரம்
  காத்திருக்கு கண்ணுறங்கு
  கதைகள் சொல்லக் காத்திருக்கும்
  கார்முகிலே கண்ணுறங்கு

- வெள்ளிப்பூக்கள் விண்வெளியில்
  விரிந்திருக்கு கண்ணுறங்கு
  அள்ளியெடுத்து மடியில்கிடந்த
  ஆளிருக்கேன் கண்ணுறங்கு

- நிலவுநமக்குத் துணையிருக்க
  நெடுங்கதைகள் பேசினோம்
  சிலநொடியும் பிரிந்திருக்கச்

சித்தமில்லை கண்ணுறங்கு

- மயிலிறகே கண்ணுறங்கு
மான்விழியே கண்ணுறங்கு
உயிர்பிரியும் நொடிவரைக்கும்
உடனிருப்பேன் கண்ணுறங்கு

- கூந்தலிழை கோதிக்கோதிக்
குழையவைப்பென் கண்ணுறங்கு
தீந்தமிழில் பாடியுன்னைத்
தூங்கவைப்பென் கண்ணுறங்கு

- தென்றல்மெல்லத் தீண்டுதுபார் -
தேவியேநீ கண்ணுறங்கு
இன்றுபோல் என்றும் நீயும்
என்மடியில் கண்ணுறங்கு

- விரல்கள் நீவிச் சொடக்கெடுப்பேன்
விடியும்வரை கண்ணுறங்குவான
இரவுதோறும் கவலைகளை -
இளைக்கவைப்பென் கண்ணுறங்கு

- மரிக்கொழுந்தே கண்ணுறங்கு
மாங்கனியே கண்ணுறங்கு
கிளித்தமிழே கண்ணுறங்கு
கீதமேநீ கண்ணுநங்கு

- ராப்பொழுது போகுதுபார்
ராசாத்தியே கண்ணுறங்கு
ராணுவக் காவல்தாரேன்

ராசகுமாரி கண்ணுறங்கு

* எண்ணமெல்லாம் உன்மேலே
எஸ்செல்லமே கண்ணுறங்கு
கண்முழுதும் உன்மேலே
கண்மணியே கண்ணுறங்கு

* கல்லுச் சிலைபோலவுன்
காலடியில் நானிருக்கக்
கவலையென்ன உன்மனதில்
கரும்பேநீ கண்ணுறங்கு

* வந்தது வரட்டுமென்று
வாழ்வோமினிக் கண்ணுறங்கு
வானில் விடியல்வரும்
வளர்மதியே கண்ணுறங்கு

* பொழுதுமெல்லப் போகுதுபார்
பொன்மணியே கண்ணுறங்கு
வாடாத மல்லிகையே
வண்ணக்கிளி கண்ணுறங்கு

* நாளையொரு நாள்வருமென்
நவமணியே கண்ணுறங்கு
வேளைகெட்ட வேளையிது
வெண்ணிலவே கண்ணுறங்கு

* அஞ்சுமணிக்கு எழவேண்டும்
அஞ்சுகமே கண்ணுறங்கு
கொஞ்சநேரந் தானிருக்கு

கோலமயிலே கண்ணுறங்கு

உஷ்ஷ்ஷ்....... பக்கங்களை மெல்ல புரட்டுங்கள், சுவாசத்தை மென்மையாக்குங்கள்! உங்கள் கூந்தலிலிருந்து ஏதேனும் மலரோ மொட்டோ கீழே விழுந்துவிடப் போகிறது, கபர்தார்! முடிந்தால் இமைப்பதைக் கூடச் சற்று நேரம் ஒத்தி வையுங்கள்!! இதயத்துடிப்பின் ஒலிகூட இடையூறுதான். என்

* தேவியயவள் உறங்கிவிட்டாள் - வேறு
  தேவையென்ன இப்போது
  ஆவியெனக்குத் துடிக்கிறது - அதில்
  அவளுறக்கம் கலைந்திடுமோ?

தேடித்தேடி
(இலாவணி)

பொங்கிவரும் சந்தங்கொண்டு பூங்கொடியாள் மென்குரலால்
பொற்றமிழில் பாடல்களைப் பாடிப் பாடி
எங்களுளம் இன்புறவே எங்கெனினும் வந்திடுவாள்
எம்செவியைத் தன்னிசையால் தேடித் தேடி.

*(ஒரடிக்கு ஒற்று நீங்கலாக எட்டு நான்கெழுத்துச்சீர்
களும்,அரையடியில் மோனையும், இரண்டடிகளிலும்
எதுகையும் ஒன்றி ஏழு, எட்டாம் சீர்கள் ஒன்றாகவே
அமைவது இலாவணியாகும்)*

அமுதொளித்தமிழ்
(வளையற் சிந்து)

தமிழழகே அமுதொளியே
    தாகந்தணி வந்து - இனித்
    தாகொடைக நிந்து - புதி
    தாயெழுதச் சிந்து - புகழ்த்
    தனிப்பெருமை உடையபழந்
    தமிழறிவு தந்து.

அமிழ்தெனவே மகிழ்ந்திடுவேன்
    அருமையினைக் கண்டு- எடுத் (து)
    அருந்திடுவேன் விண்டு - மிக
    அகப்பெருமை கொண்டு - சுழல்
    அகிலத்திலே இவ்வினிமை
    அதற்குமட்டும் உண்டு.

(ஒரடிக்கு நான்கெழுத்துச் சீர்கள் பதினைந்து கொண்டு, இரண்டடிக்கும் எதுகை அமைந்து ஒரடியின் 1,3,6,9,12,14 ஆம் சீர்களில் மோனை அமைந்து குறில் ஒற்று, நெடி., நெடில் ஒற்று - இவற்றில் தொடங்கும் சீர்களில் 4 எழுத்தும், குறிலிணையாய்த் தொடங்கும் சீர்களில் 5எழுத்தும் இருக்கும் இலக்கணப்படி வருவது "வளையற் சிந்து" ஆகும்.)

பார்வை

(காவடிச் சிந்து)

வேல்விழியாள் பார்வையென்னை மோதும் - இனி
    வேறெதுவும் தேவையில்லை போதும்- புது
    வெல்லமென மெல்லவிழும்
    சொல்லழகு நல்லமுதை
    விஞ்சும்- நலம் - கொஞ்சும்.

நூல்நிகர்த்த மெல்லிடையால் நாளும் -எனை
    நோகடிப்பா எக்கதையைக் கேளும் - அதன்
    நோக்கமெலாம் தூக்கந்தனைப்
    போக்குவது பார்க்கும்விழி
    நோகும் - சிவப் - பாகும்.

(முடுகியலழகுடன் ஒற்று நீங்கி எழுத்தெண்ணி எதுகை,
மோனை விதிபொருந்த அமைவது காவடிச்சிந்து
வகையாகும்.)

வண்டமிழே
(காவடிச் சிந்து)

கோவிலில் கெஞ்சிடு வேனே- மலர்
        கொண்டுனை இன்னறுந் தேனே - தமிழ்க்
        குலமாதவள் உலகேபுகழ்
        அழகானவள் கவிநூறெனக்
        கொடுப்பாள் - செவி -மடுப்பாள்

வாவிருத் தம்தரு வாயே -ஒளி
        வண்டமி ழென்றுமென் தாயே -இனி
        வளையாபதி மணிமேகலை
        சிலம்போவெனப் பலகாவியம்
        வடிப்பேன் -உடன் -படிப்பேன்.

(முடுகியலழகுடன் ஒற்று நீங்கி எழுத்தெண்ணி எதுகை, மோனை விதிபொருந்த அமைவது காவடிச்சிந்து வகையாகும்.)

துயில்

(முச்சீரிரட்டைச் சமனிலைச் சிந்து)

வண்டு துளைக்கின்ற பூவும் -இங்கு
வந்து விளையாட வேண்டும்
கண்டு மகிழ்ந்தபடி நானும் -அந்தக்
கன்னி மடிதுயில வேண்டும்.

*(மூன்று சீர்களைக் கொண்ட இரண்டு அரையடிகளைக்
கொண்டது ஒரடி)*

கிறுக்கு முற்றியது
(புதுக்கவிதை)

கண்ணழகுக்கு இவ்வுலகில்
        என்னவிலையும் கொடுக்கலாம்;
கண்ணசைவுக் கட்டளையில்
        காலன்கூட மயங்கலாம்!

உதிர்க்கும் வார்த்தை ஒன்றுக்காக
        உலகத்தையே துறக்கலாம்;
உதட்டு வார்த்தை உத்தரவில்
        சொர்க்கம்கூடத் திறக்கலாம்!

பக்குவமாய்ப் படைத்தசாமிக்குப்
        படையல் ஒன்று போடலாம்;
முக்தியடைய அடுத்த பிறவியிலுன்
        முகப்பருவாய்ப் பிறக்கலாம்!

என்னவேள உன்னழகை
        எண்ணியெண்ணி வியக்கலாம்;
கன்னியுன்றன் முகத்தைகாட்டிக்
        கல்லைக்கூட மயக்கலாம்.!

கண்ணே உன் கனிமொழியைக்
        காலம்முழுதும் கேட்கலாம்;
புண்ணியமாய்ப் போகுமொரு
        புன்னகை செய் தேவலாம்!

கண்மணியின் காலடியில்
        காலம்முழுதும் கிடக்கலாம்; - உன்
கால்கள் பட்ட இடத்திலெனக்குக்
        கல்லறையே கட்டலாம்!

உன்விழியின் ஒளியதனை
        உலகுமுழுதும் பரப்பலாம்;
இரவுபகல் வேறுபாடே
        இல்லையென்று சொல்லலாம்!

கூந்தலிழை ஒன்றுபோதும்
        குவலயத்தை ஆளலாம்;
ஏந்திழையின் எண்ணங்களை எழுத்துவடிவில் தீட்டலாம்!
        பாதம் துடைக்க வானிலிருந்து

மேகத்துணி கிழிக்கலாம்;
        பாதம் அழகா? மேகம் அழகா?
பட்டிமன்றம் வைக்கலாம்!
        தலையில் தவழ நிலவும்கூடத்

தாவிக்குதிக்கப் பார்க்கலாம்;
        தவறிவிழுந்த தலைமுடியைத்
தத்தெடுத்து வளர்க்கலாம்!
        கைதவறித் தரையில் விழுந்த

கைக்குட்டையை எடுக்கலாம்;
        காதலுலகின் சின்னமதைக்
கம்பத்திலே ஏற்றலாம்!
        கூந்தல்கண்ட பூவெடுத்துக்

கொஞ்சிக்கதை பேசலாம்;
          தேனில்நனைத்து ஊறவைத்துத்
திவ்வியமாய்ப் புசிக்கலாம்!
          பனிவிரல்கள் என்மீது

பட்டுவிட நேரலாம்;
          இனியுமென்ன உலகிலெனக்குஇந்நொடியே சாகலாம்!
பூவிதழில் தேன்தடவிப்
          புதையல் ஒன்று செய்யலாம்;

தேவியுன்றன் கன்னக்குழிதேடியதை நிரப்பலாம்!
          பாதம்பட்ட துளிநீரைப்
பத்திரமாய் வைக்கலாம்;
          பட்டமரம் துளிர்க்குமதைப்பக்குவமாய்த்
          தெளிக்கலாம்!

வெட்டியெறிந்த நகப்பிசிறை
          விண்ணுலகு அனுப்பலாம்;
கட்டழகின் மாதிரியாய்க்
          காட்டிப்பெருமை அடிக்கலாம்!

கால்பதித்த மண்ணெடுத்துக்
          கோயிலொன்று கட்டலாம்;
தேவதையே நீயேதான்
          தெய்வமென்று வணங்கலாம்!

கொலுசுமணியின் தினுசுகண்டு
          கொள்ளையயடித்துப் போகலாம்;
கொஞ்சம்சுரண்டி நெஞ்சில் தடவிக்
          காதல்நோயைத் தணிக்கலாம்!

**(எவ்வித இலக்கணக் கட்டுப்பாடுகளுமின்றி விரும்பிய
வடிவில் அமைத்துக் கொள்வதே புதுக்கவிதையாகும்)**

வாடிய பூ
(புதுக்கவிதை)

மயிலா நீ? துள்ளும்
மானா நீ? சிவந்த
மருதாணி - பூசியநல்
மதியா நீ?
மணங்கமழும் மல்லிகையோ, மலரா நீ? என்
மனதாளும் நறுங்காதல் மகாராணி.
****

கலைவாணி - வடித்த
கவியா நீ? இரு
கன்னங்ககள்-இனித்திடும்மாங்
கனியா நீ?
கலையாத காதலூற்றுக் கனவா நீ - உன்
காலடியே போதுமடி என் கன்னி!
****

தேனூறும் - இளந்
தென்றலோடும் - சொர்க்கத்
தெருவெல்லாம் - நம்காதல்
தேரோடும்.
விண்ணோடும் நிலவோடும் விடிந்தாலும் - நம்
விரலோடு விரல்பிணைந்து விளையாடும்.
****

175

செந்தமிழும் - வெட்கிச்
சென்றோளியும் - உன்னைச்
செய்யுளில் நான் - வருணித்துச்
சொலும் பொழுதும்
வார்த்தைகள் சிக்காத போதும் - நீ சூடி
வாடியபூ ஒன்றெனக்குப் போதும்

****

கற்கண்டு போலச்
சொற்கொண்டு - எனைக்
கட்டி வைத்தாள் - அந்தப்
பொற்செண்டு
மற்றொன்றும் செய்தாளாம் மலர்ச்செண்டு - அய்யோ
எப்படிநான் சொல்வேனதை என்னென்று?

****

இதழ்பட்டு - இதயம்
இடிபட்டு, -இனிக்கும்
விரல் தொட்டு - இது என்ன
விளையாட்டு?
சிந்தையெல்லாம் உன்வசமே சிறைப்பட்டு - எனைச்
சீக்கிரமே வந்து நீயும் சீராட்டு.

****

விழியம்பு - உன்
மொழியன்பு - என்
வழியெங்கும் - உன்நினைவே
விழிதங்கும்.
அழகுக்கே அடிகூட்டும் அன்பே - நீயோர்
அழியாத ஓவியம் என்பேன்.

****

176

கண் கொண்டு - என்
கவி கண்டு - அதில்
கனிச் சுவையுண்டு - என்றாளக்
கல் கண்டு
நீதானக் கவிதையின் நிழலென்று - என்
சொர்க்கமே உனக்குநான் சொல்வதென்று?

****

குளிர் இமையால் - உன்
கூர் விழியால் - மெல்ல
ஒரு முறைதான் - நீ
பார்த்தால் போதும்.
சுழலாத உலகமும் சுழலும் - உன்
நிழல்கூடத் தித்திக்கும் நிதமும்.

****

முகில் பொதியோ - பஞ்சு
மொட்டழகோ - விளை
முத்தின் மிருதோ - நான் தலைசாய்க்கும்
முழு மதியோ?
மலரேநான் தூங்குமுன் மடியும் - மறுநாள்
விலை மதிப்பே இல்லாமல் விடியும்.

****

கள்ளூறும் - உன்
கண்ணோரம் - கண்டு
தினந்தோறும் - நாவு
திருப்புகழ் பாடும் கடல்மலையும்
கல் மண்ணும் காற்றும் - என்
பொன்மகளே உன்னெழிலைப் போற்றும்.

(எவ்வித இலக்கணக் கட்டுப்பாடுகளுமின்றி விரும்பிய வடிவில் அமைத்துக் கொள்வதே புதுக்கவிதையாகும்)

இஃதொரு புன்னகைமறந்தவனின் புலம்பற்பாடல்
(புதுக்கவிதை)

நெருப்புக் குளத்தில்
    நெய்யை ஊற்றி
        நிறைக்கத் துடித்தேன்

வெறுப்புத் தணலில்
    விரும்பி மகிழ்ந்து
        விரைந்து படுத்தேன்.

கண்ணை விற்றுக்
    கனவு வாங்கும்
        கவிதைக் குருடன்நான்.

தன்னை யுருக்கித்
    தசையை வாங்கித்
        தவித்துப் போகிறேன்.

எண்ணம் பொங்கி
    எரிமலை யென
        எரிந்து வேகுமோ?
எண்ணச் சூட்டுக் (கு)
    என்றன் கனவுகள்
        இரையென றாகுமோ?

புலம்பல் பறவை
        என்முன் வந்து
                புன்னகைத்தது.

விலங்கு பூட்டி
        வீட்டுச் சிறையில்
                வைத்துப் போனது.

அழுது புலம்ப
        யார்தான் எனக்கு
                ஆற்றல் தருவது -புத்தி

கழுவித் துடைக்க
        யாரென் னுடனே
                கங்கை வருவது?

பயணம் செய்ய
        என்று நல்ல
                பாதை தெரிவது?

மயக்கந் தீர்ந்து
        என்று தானோ
                மனம் தெளிவது?

இருளின் கடலில்
        கண்கள் மூடி
                இன்பம் தேடினேன்

பொருளும் புரியப்
        பொறுமை யின்றிப்
                பொசுங்கி வாடினேன்.

இருள் படிந்த
		மனம் துடைக்க
			அனல் பரப்பினேன்

நெருப்பை யள்ளி
		ஒளிதரும் என்று
			நெஞ்சில் நிரப்பினேன்.

உறவு தேடிப்
		புதிய தான
			உலகில் பறந்தேன் - மனச்

சிறகு முறியச்
		சீக்கிரம் நான்
			சிதறி விழுந்தேன்.

அள்ளி யெடுத்து
		மடியில் கிடத்தும்
			அன்பு தேடினேன்

கொள்ளி யெடுத்து
		என்னை நானே
			கொன்று வாடினேன்.

புதை குழியில்
		விழுந்து சேற்றைப்
			பூசிக் கிளம்பினேன்.

அதைக் கழுவ
		அடுப்புத் தணலை
			அள்ளிக் குழம்பினேன்.

அழுதழு தென்றன்
   அற்ப கால
      ஆயுள் போக்கினேன்

தொழுது மகிழ்ந்த
   பூங்கொடிக் கெனத்
      துடித்து ஏங்கினேன்.

குளிர் மலரே
   என்றன் மனம்
      கொதித்து அடங்கினேன்

துளிர்க் கொடியுன்
   மலர்ப் பாதங்கள்
      தொட்டு வணங்கினேன்.

(எவ்வித இலக்கணக் கட்டுப்பாடுகளுமின்றி விரும்பிய
வடிவில் அமைத்துக் கொள்வதே புதுக்கவிதையாகும்)

என்னதான் செய்தாய்?

(புதுக்கவிதை)

1. மணி பார்ப்பதுவும் - உடன்
   மனம் பதைப்பதுவும் - உன்னை
   எதிர்பார்ப்பதுவும் - நான்
   ஏங்கி இருப்பதுவும்

   தினமும் உன்னைப் பார்ப்பதொரு நொடியே - அதிலேயே
   திண்டாடிப் போகிறேனடி கொடியே!

2. தொலை தாரத்தில் - நீ
   வரும் நேரத்தில் - கண்டு
   தொட வேகத்தில் - பின்பு
   தொடர மோகத்தில்

   மனசுதுள்ளி ஓடுதடி வெளியே - அப்படி
   மந்திரமென்ன போட்டாயடி கிளியே!

3. விழி ஈர்ப்பினிலும் - உன்
   விரல் அசைவினிலும் - வளை
   வில் இடையினிலும் - நான்
   விழுந்து போனவுடன்

   கரும்பென்ற உன்னிதய அறையில் - என்னைக்
   கட்டிவைத்தாய் காதலென்ற சிறையில்!

4. கரம் பிடித்திடவும் - வைத்துக்
காப்பாற்றிடவும் - உன்றன்
மனங் கவர்ந்திடவும் - உனையே
மணம் புரிந்திடவும்

சோர்ந்து விடமாட்டேனடி இங்கே - நீ
சேராமல் ஓடிஒளிவ தெங்கே?

5. கடந்து போகையினில் - ஒரு
கண மென்றாலும் - நீ
கை அசைத்ததுவும் - கடைக்
கண் பார்த்ததுவும்

பிறவிப்பயன் பெற்றேனடி பெண்ணே - உன்
பேரழகின் ரகசியந்தான் என்ன?

6. மான் மருளுமுன் - நல்ல
மதி மயங்குமுன் - நறுந்
தேன் தெறிக்குமுன் - இனிய
தென்றலோடுங் கண்.

என்னென்பேன் கண்ணழகு கண்டு - இனி
உன்வசமே என்னுயிரும் உண்டு!

7. நடை அழகென்ன - உன்
நளின இடையென்ன - உன்
நகப்பொலிவு கண்டு - என்மனம்
நடன மிடுவதென்ன?

தீக்கூடத் தித்திப்பது சதியே - என்
தூக்கத்தைத் தூக்கிலிட்டாய் ரதியே!

8. மிதி வண்டியினில் - வண்ண
   மின்ன லடித்தாற்போல் - நீ வரும்
   வேளையினில் - ஒரு
   திரு விழாவெனநான்

   சாலையோரம் பக்தனென உருளுவேன் - நீயே
   சாமியென வரங்கொடுத்தே அருளுவாய்.

(எவ்வித இலக்கணக் கட்டுப்பாடுகளுமின்றி விரும்பிய வடிவில் அமைத்துக் கொள்வதே புதுக்கவிதையாகும்)

செம்மொழி

(புதுக்கவிதை)

1. பெயரி லமுதைச் சுமந்தபடி புகழ்ப்
   பேரிகை முழக்கத்திற் பிணைந்தபடி
   இயலெனும் தூரிகை இழுத்தபடி - நாடக
       இசையின் சிறகில் இழைந்தபடி
   அண்டத்தின் அகலம் அளந்தவளே-' கோடி
   ஆண்டுகள் வாழ்ந்தும் நீ இளந்தமிழே

2. ஆக்கச் சுடரொளிர் புலவர்கள்-மிக
   அழகுச் சுவையினில் அமிழ்த்தித்தந்து- அருளிய
   பாக்களை யுருகிப் படிக்குங்கால் என்
       பக்கத்திலே வந்தே பாங்காக இன்பச்
   சொர்க்கத் தின்வழி சொலுந்தமிழே -புவி
   சுற்றும் திசையெங்குஞ் செலுந்தமிழே

3. கொட்டிக் கிடக்குங் குறுந்தொகையும் - வளங்
   கொழிக்கு முயர்திருக் குறளழகும் - நனி
   சொட்டச் சொட்டச் சுவையொழுகும் - என்றும்
       சொல்லச் சொல்லச் சுகம்பெருகும் - படி
   நாவினில் இனித்திடும் நறுந்தமிழே- எந்
   நாளும் பொலிந்திடும் அருந்தமிழே...!

4. வெண்பனி நிகர்த்த மெல்லொளியும் -கடு
   வெங்கா ரம்போல் வல்லொளியும் இரு
   கண்ணில் தெரியா இடையொளியும் குவி
         கற்கண் டாயினிக் கச்செய்யும் - செவித்
         தென்றல் வீசிளந் தென்மொழியே - என்றும்
         தெவிட்டாச் சுவைபொழி தேன்மொழியே

5. இளங்கோ வனைந்த சிலம்பொலியும் - கவி
   இனிக்குங் கம்பரின் எழில்பொலியும் - சுவை
   உளங்கொள் ராமனின் ஓவியமும் - நெஞ்சை
         வருடும் வரிகளின் வடிவழகும்- தரும்
         தீராப் புகழ்சேர் தென்மொழியே மேன்மை
         திகழ்ந்திடுங் காவியத் தொன்மொழியே.

6. கம்பரும் ஒளவையும் காப்பியரும் - புகழ்க்
   கபிலரும் கீரனும க் கத்தியரும் - இன்னும்
   செம்மையாய் இலக்கியம்செய்தவரும் - தம்
         சிறுவப் பருவத்தில் சீர்வரமாய் - முதலில்
         அழகுற நாவை அசைத்தவளே எம்மை
         அடிமை ஆக்கிய இசைத்தமிழே

7. தொகையும் பாட்டும் கீழ்க்கணக்கும் ஐந்து -
   தூண்டாக் காப்பிய ஒளிவிளக்கும் - அறிஞர்
   திகையும் இலக்கணத் தெளிவழக்கும் - எட்டுத்
         திசையும் பரவிப் புகழ்மனக்கும் - படித்
         தெளிந்தனல் மதிகூர்த் தென்மொழியே
         தீட்டிய வண்ணப் பொன்மொழியே

8. தீரச் செயல்களில் திளைத்தவராய்த் - தம்மைத்
     தேடி வந்தோரின் தெய்வங்களாய்- நின்று
   வீரச் சின்னம் விற்கொடியைப் - பூண்டு
     வெற்றிகள் நிறைய விளைத்தவராம் - பெருஞ்
     சேரர் போற்றிய செம்மொழியே - புகழ்
     சேரப் பொங்கிய செங்கதிரே

9. கண்டதும் வியந்து கண்விரியும் - பழங்
     கல்லணை மோதும் காவிரியும் - புகழ்
   மண்டிய புண்ணிய மண்ணதையும் - கூரை
     பொன்னால் வேய்ந்தும் புலிக்கொடியும் - கொண்ட
     சோழர் போற்றிய சுடர் தமிழே - கண்
     துயிலாப் பயணம் தொடர்தமிழே!

10. வான்புக ழெய்திய வரலாறும்-பெரு
     வைகை பொங்கி வழிபுனலும் - நறு
    மீன்கொடி பறந்த மேற்றாணும் - அருள்
     மீனாட்சி யம்மன் ஆலயமும் கொண்ட
     பாண்டியர் வளர்த்த பைந்தமிழே - என்றும்
     பாங்காய்ச் செவியில் படர்தமிழே

11. எத்தனை எத்தனை புலவர்கள் மனம்
     இனிக்கும் எண்ணற்ற இலக்கியங்கள் - அகவை
   மொத்தமும் அளவிட முடியாது - தாய்
     மொழியே உனக்கு அழிவேது? - உன்னை
     வாழ்த்த வகையில்லைவண்டமிழே - பணிந்து
     வணங்கத் தானியலும் தண்டமிழே.

(எவ்வித இலக்கணக் கட்டுப்பாடுகளுமின்றி விரும்பிய வடிவில் அமைத்துக் கொள்வதே புதுக்கவிதையாகும்)

நீங்களாவது சொல்லுங்கள்
(புதுக்கவிதை)

1. நினைவுகளைக் கொளுத்திவிட்டுக்
        கனவுகளில் கொதிக்க,
எனைமறந்து எனைமறந்து
        என்னையேநான் வெறுக்க,

2. உயிரும்மெல்ல உடலிலிருந்து
        உருவிஉருவிச் செல்ல,
துயரமதை என்மொழியாய்த்
        தூக்கத்திலும் சொல்ல

3. இறக்காத போதுமென்தன்
        இதயத்துடிப்பு நிற்க,
மறக்காத என்பெயரும்
        மறந்துமனம் பதைக்க,

4. உறக்கமத்தைத் தொலைத்துவிட்டு
        இரவுகளில் புலம்ப,
திறக்காத கதவுகளைத்
        தேடிநானும் கிளம்ப.

5. நடக்கும் போதும் என்கால்கள்
        நடைமறந்து பின்ன
படுக்கும்போதும் இமைக்காமல்
        பார்வைமங்கி மின்ன,

6. சித்தங் கலங்கிச் சிந்தனைகள்
        சீக்கிரமாய்ப் பின்ன
மொத்தமாக என்னுயிரை
        முழுவதுமாய்த் தின்ன,

7. பித்தமது தலைக்குஏறிப்
        புத்திமறக்கப் பண்ண
இத்தனையும் நொடியில்செய்யும்
        இதன்பெயர்தான் என்ன?

(எவ்வித இலக்கணக் கட்டுப்பாடுகளுமின்றி விரும்பிய வடிவில் அமைத்துக் கொள்வதே புதுக்கவிதையாகும்)

கிளம்பட்டுமா..?
(புதுக்கவிதை)

1. பித்துமெல்லப் பிடித்துக்கொல்லப்
     புத்திமறந்து நிற்கிறேன்;
கத்தியென்று கவலையொன்று
     கழுத்தைக்கீறத் துடிக்கிறேன் - கிளியே
கண்கள்பிதுங்க வெடிக்கிறேன்.

2. நித்தம் நித்தம் நெஞ்சுகிழிந்து
     நினைவுதப்பிப் போகிறேன்
சித்தமெல்லாம் கலங்கிக் குழம்பிச்
     செந்தணலில் வேகிறேன் - கிளியே
சீக்கிரமாய்ச் சாகிறேன்

3. இத்தரையில் இன்னல் நீங்கி
     இன்பமென்று காணுவேன்?
இத்தனைதான் துன்பம் வர
     என்னபாவம் பண்ணினேன்? - கிளியே
ஏதுதீங்கு எண்ணினேன்?

4. மொத்தமாக மௌனப்பாறை
     மோதித்தள்ள விழுகிறேன்
சத்தமிட என்குரலில்
     சக்தியின்றி அழுகிறேன் - கிளியே
சாவுக்கடலில் நுழைகிறேன்.

5. தத்திமெல்ல நடைபயின்று
        தணல்குழியில் புதைகிறேன்
வித்தையொன்றும் இங்கு இல்லை
        விதிவசத்தால் அதிர்கிறேன் - கிளியே
        விதிர்விதிர்த்து நோகிறேன்.

6. பொத்திப்பொத்தி ஒத்திவைத்துப்
        புத்திகுத்தப் புலம்பினேன்
கொத்திக் கொத்திக் குதறிச்சிதறக்
        கத்திக் கத்திக் குழம்பினேன் - கிளியே
        கண்ணை மூடிக் கிளம்பினேன்.

(எவ்வித இலக்கணக் கட்டுப்பாடுகளுமின்றி விரும்பிய வடிவில் அமைத்துக் கொள்வதே புதுக்கவிதையாகும்)

நடிப்புச் சனங்கள்

(கிளிக்கண்ணி)

உலகம் புதிதாய்
        உருவான நாள்முதல்
பல மனிதரைதமை - நீயும்
        பார்த்து இருப்பாயடி.

நிலவுத் தேவதையே
        நீகொஞ்சங் கேட்பாயடி
உலகமே பிழைதானோடி - மதியே
        உண்மை அறிவாயோடி

விதியின்மேல் பழிபோட்டு
        விருப்பம்போல் வாழ்வார்
மதியேநீ செவிகேளடி - அவர்தம்
        மனங்கள்வன மந்திகளடி

போலிச் சடங்காற்றிப்
        புத்தியை அடகுவைக்கும்
காலிக் கூட்டமடி - மதியே
        கள்ள மனங்களடி

வெறும் பேச்சுப் பேசியே
        வீணராய் வாழ்ந்தொழியும்
திருந்தாத சென்மமடி! - மதியே
        தீராத பீடையடி!

கற்குந் திறனற்றுக்
    காலமெல்லாம் உழலும்
அற்பப் பதர்களடி! - மதியே
    அவலச் சனங்களடி!

உருட்டும் புரட்டுமென
    உள்ளத்தில் அழுக்கேறும்
திருட்டு மனிதரடி! - மதியே
    தீட்டு மனங்களடி!

பொய்யும் புனைகதையும்
    புறங்கூறிச் சாகும்
நொய்மைக் குழுக்களடி! - மதியே
    நொண்டும் மனங்களடி!

முன்னொன்றும் பின்னொன்றும்
    முரணுறவே கூறித்
தன்னிலை மறப்பாரடி! - மதியே
    தரணிக்கிவர் சுமைதானடி!

இல்லாத ஒன்றை
    இருக்கின்ற தெனக்காட்டும்
பொல்லாத மாந்தரடி! - மதியே
    பொம்மை உருக்களடி!
நெஞ்சில் நஞ்சிருக்க
    நாவில் தேன்தடவிக்
கொஞ்சி மொழிவாரடி! - மதியே
    கொடுக்கு இதயமடி!

உள்ளொன்று வைத்துப்
    புறமொன்று பேசும்
உதவாத கூட்டமடி! - மதியே
    உலகம் தெரிவாயடி!

வெள்ளை மனதெனவே
    வெளிவேட மிட்டபடி
உள்ளே குமைவாரடி! - மதியே
    ஊன உள்ளங்களடி!

வாழும் பொழுதெவர்க்கும்
    வாயளவும் உதவாத
பாழும் கேணிகளடி! - மதியே
    பழுது உள்ளங்களடி!

தள்ளாடி வீழ்ந்த பின்னும்
    தரையில் நக்கித் தேடும்
கள்வெறிக் கூட்டமடி! - மதியே
    கயமைப் பேர்களடி!

அய்யோ வெனும் போது
    ஆபத்தில் உதவியோரின்
செய்ந்நன்றி மறப்பாரடி! - மதியே
    சேதி இதுதானடி!
யாதொன்று செய்தாலும்
    யாசகமே இட்டாலும்
போதைப் புகழ்தேடுவார் - மதியே
    போலிகள் கூட்டமடி!

கட்டித் தங்கங்கண்டால்
    கடவுளையும் கைகாட்டும்

சுட்ட பிணங்களடி! - மதியே
    சூழ்ச்சிப் பேய்களடி!

ஆளுக் கேற்றாற் போல்
    அந்நொடியில் பேசிவிட்டு
நாளும் மாறுவாரடி! - மதியே
    நடிப்புச் சனங்களடி!

கூடி இருந்தால் மட்டும்
    கூட்டத்தில் வீரங்காட்டும்
பேடிப் பிறவியடி! - இவர்
    பிழைப்பதே வீண்தானடி!

கொட்டிக் கொடுத்தாலும்
    கோடிகோடி கொடுத்தாலும்
பெட்டி நிறையாதடி! - மதியே
    பேராசை நரிகளடி!

கடவுளே வந்தாலும்
    கண்ட பிறகிவரை
நொடியில் மறைவாரடி! - மதியே
    நொந்து சிரிப்பாரடி!

*(நான்கு சீர்களைக் கொண்ட இரண்டு அடிகள்
அரையடிகளாக மடங்கி, அடிகளில் எதுகையும்,
அரையடிகளில் மோனையும் அமைந்து, இரண்டாமடியின்
மூன்றாஞ்சீருக்கு முன் கிளியே என முன்னிலைத்
தனிச்சீருமமைந்து வருவது கிளிக்கண்ணி. கிளியை
முன்னிறுத்துவதுபோல புலி, நெஞ்சு என்பனவற்றையும்
முன்னிலையாக்கலாம். தனிச்சொல்லை விலக்கிப்
பார்ப்பின் வெண்டளை பிறழாமல் தொடுப்பது சிறப்பான
கண்ணியாயமையும்.)*

இரவின் மாயச்சொற்கள்

(புதுக்கவிதை)

நிலவு எரிந்து கொண்டிருக்கிறது ;
குளிர்ந்த காற்று நிரடிக் கொண்டிருக்கிறது;
இரவு என்னுடன் ஏதேதோ
உரையாடிக் கொண்டிருக்கிறது;
உனது நினைவுகள்
இவற்றையெல்லாம்
இணைத்துக் கொண்டிருக்கின்றன ...
அதிகாலையில் ஒரு மழை பெய்தால் போதும்..
மீண்டும் ஒருமுறை என்னைப்
பிரசவித்துக் கொள்வேன்....!

இரவின்
விரல்களில்தான்
எத்தனை நிலவுகள்....!
எழுதுகோலைத் தந்து பார்த்தேன்...
இரவின்
வரிகளில்தான்
எத்தனை மாயங்கள்....!

நிலவின் கதிர்களூடே
நீளுமொரு மாயவிரல்பற்றி
இரவை ஊடறுத்து
நடக்கிறேன்,
அதிகாலை எனக்காக
எங்காவது காத்துக்கொண்டிருக்கிறதா,
பின்தொடர்ந்து வருகிறதா என்பதை
உணர்ந்து கொள்ளும் கணத்தில்
உறக்கத்திலிருந்து கனவுக்கு
இடம்பெயர்கிறேன்..!

நள்ளிரவுகளில் உறைந்துகொள்ளும் மனதின்
நடுப்பகுதியில் தகிக்கிறது
எப்பொழுதோ எரிந்து முடிந்த நிலவு..!

இரவின் நிறம் ஒன்றுதான்
அது கிளர்த்தும் நினைவுகளுக்குத்தான்
ஆயிரம் வண்ணங்கள்..!

*(எவ்வித இலக்கணக் கட்டுப்பாடுகளுமின்றி விரும்பிய
வடிவில் அமைத்துக் கொள்வதே புதுக்கவிதையாகும்.)*

வண்ணப்பனி

(புதுக்கவிதை)

1. தெற்கில் நடந்திருந்த நேரம் - மனத்
        திரையிலொரு கனமான ஈரம் - பொங்கும்
உற்சாக மொன்றூறி
        உள்ளத்தினை நனைத்த
                கோலம் - மாலைக் - காலம்

2. பார்த்தவளை ஆனதுபல மாதம் - அவள்
        பறந்தோடிச் சென்றாள் பலகாதம் - பெருஞ்
சீர்த்தகுலச் சிறுமி யவள்
        சிந்தனையில் புகுந்ததந்தி
                வேளை - மனம் - சோலை

3. எத்தனையோ ஆகிவிட்டது காலம் - மீண்டும்
        என்னையவள் அடைந்தாளே கேளும் - அங்கே
முத்துமணச் சொல்லெடுத்து
        மொத்தமனம் பூரிக்கப்
                பேசினாள் - நேசம் - பூசினாள்

4. நெடுஞ்சாலை வழியெங்கும் நடந்தோம் - எங்கள்
        நெஞ்சமெல்லாம் காதலூறிக் கிடந்தோம் -பார்த்து
நெடுநாளாய் ஆனதாலே
        நேசமெல்லாம் பெருகிப் பெருகிப்
                பொங்கி - நனைந்து - அங்கி

5. பொன்மேனிக் கரங்களுடன் பிணைத்து - என்னில்
     பொங்கிவரும் அன்பினாலே அணைத்து - மென்மை
அன்னம் போலும் அவளுடைய
     அழகினிலே சொக்கிக் காதல்
          மொழிகள் - பேசிய - விழிகள்

6. எத்தனைதான் நடந்திருந்தாலும் தூரம் - எமக்கு
     எள்ளளவும் தெரியவில்லை பாரும் - இடையில்
கொத்துக் கொத்தாய்க காய்த்ததுபோல்
     கொடியிடையாள் பேசி வந்த
          சொற்கள் - வைரக் - கற்கள்

7. இன்பநதியில் மூழ்கிமூழ்கிக் குளித்து - எங்கள்
     இன்னலெல்லாம் மறைத்துவைத்தோம் ஒளித்து - செழுங்
கன்னியவள் என்னோடு
     கதைகதையாய்ப் பேசியது
          இன்னும் - மனதில் - மின்னும்

8. எப்படிநான் எழுதிடுவேன் இனியும் - அவள்
     எண்ணச்சூட்டால் கவிதையினிக் கனியும் - வாழ்வுக்
கப்பலொன்று கண்டுவிட்டேன்
     கடலில் மூழ்கித் தத்தளித்தது
          போது - வந்த - மாது

9. அன்பின்மொத்த வடிவான அவளே - என்னுள்
     ஆர்த்துவிட்டாள் காதலெனும் அனலே - மிக
இன்றுமுதல் என்றுமது
     இதயத்திலே கனன்றிருந்து
          ஒளிரும் - இருந்தும் - குளிரும்

10. சாலையல்ல அதுவெனக்கு வானம் -அன்று
         சாயங்கால வேளையொரு கானம் - அங்கு
    பாலைநிலம் என்னையவள்
         பக்குவமாய்த் துளிர்க்கவைத்த
              அழகில் - இருந்தேன் - உலகில்

11. கரத்தோடு கரம்சேர்த்த நொடியில் - உலகம்
         காற்றாகச் சுருண்டதுகா லடியில் - என்றன்
    விரலோடு
         விரல்பிணைத்து விழியோடு விழியூட்டிய
              கனியே - வண்ணப் - பனியே

12. வண்ணமாக வீசியதவள் மூச்சு - என்
         வாழ்க்கையிலே ஒளிரும்தங்கப் பூச்சு - மின்னும்
    கன்னத்திலே தவழ்ந்துதாவி -
         காற்றோடு கதைபேசும்
              கூந்தல் - கருத்த - ஊஞ்சல்

13. தாவணியின் முனைபட்ட விரலும் - சொக்கித்
         தாமாக நடனமாடிப் புரளும் - மழைத்
    தூவல்போலத் தெளிக்குமவள்
         தூரிகையாம் கண்ணிமையின்
              துடிப்பு - காதல் - படிப்பு

14. நேற்றுவரை நானிருந்த தோற்றம் - இன்று
         நிகழ்ந்ததென்ன அதில்பெரிய மாற்றம் - இளங்
    காற்றுடனும் சிரித்துச் கொஞ்சிக்
         கதைபேசி அவளழகைச்
              சொல்வேன் - விதி - வெல்வேன்.

15. வெண்மையாக விரிந்தவண்ணப் பனித்தாள்-என்னை
        மெதுவாகக் காதலாலே பணித்தாள் - கட்டிக்
கன்னல்போலக் காதருகே
        கனிமொழிகள் பேசிப்பேசி
            இனித்தாள்-நெஞ்சம்-இணைத்தாள்

16. மன்மதனின் வில்லெய்த அம்பும்- பனி
        மங்கையவள் பேரழகு கண்டு - மிகத்
திண்டாடிப் பித்தெனவே
        திணறிப்போய் அங்குமிங்கும்
            திரியும்- மயங்கிச்- சரியும்

17. கன்னம்போல் உப்பியகார் முகிலும்- என்
        கன்னியவள் கவினழகைப் புகழும் - மெல்லப்
பொன்னந்தி வேளைதனில்
        பூமிக்கு மழைகொணரும்
            போது -வரும்-தூது

18. சேல்விழியா ளின்நிழலும் சிரிக்கும் - அவள்தந்த
        சேறள்ளித் தின்றாலும் செரிக்கும் - மெல்லிய
நூல்போலு மவளிடை
        நூறுமுறை வளைந்தாடி
            நொடிக்கும் - ஒவ்வொரு - நொடிக்கும்

19. செவ்வாழைக் கால்சொல்லும் சேதி-அது
        செல்லுமிடம் ஆகும் சொர்க்க வீதி - நான்
எவ்வளவு கவிதைகள்
        எழுதினான் குவித்தாலும்
            ஓதி-சொன்னதுவெறும்-பாதி

20. புயல்கூடப் புன்னைக்கள் புரியும் அவளுக்குப்
    பூசைசெய்து முகமலர்ந்து விரியும் - அழகுக்
கயல்விழியாம் அவளில்லாக்
    கண்கவரும் வண்ணமலர்க்
        காடும்-வதங்கி-வாடும்

21. சேல்விழியால் முக்திநிலை எய்தி-நிலவும்
    செந்தமிழில் செப்பிடுமோர் செய்தி - நறுந்
தேவியவள் திருமுகத்தில்
    திருடியொளி பெற்றதாய்நாள்
        தோறும்-நாணிக்-கூறும்

22. குளிர்காலத் தீயவளின் முகமே-அவள்
    கூந்தலளையப் போதாது யுகமே - வெண்
பளிங்குநிறப் பதுமையவள்
    பார்க்காமல் போனாலிப்
        பாவி-உடுத்திடுவேன்-காவி.
23. ஆயுள்முழுது முனக்கேதான் கண்ணே -அது
    அப்படியே முடிந்திட்டாலும் முன்னே - கொடுந்
தீயுமென்னை இடுகாட்டில்
    தீண்டாது வந்திடுவேன்
        திரும்பி-உனை-விரும்பி.

(எவ்வித இலக்கணக் கட்டுப்பாடுகளுமின்றி விரும்பிய வடிவில் அமைத்துக் கொள்வதே புதுக்கவிதையாகும். இக்கவிதையில் அளவொத்த முச்சீ ரிரட்டைக்குப் பின் முடுகும், தனிச்சீர் எடுப்பும் அமைவது காவடிச் சிந்தாகும்)

விண்ணின் வெட்கம்

(இருசீரிரட்டைச் சமநிலைச் சிந்து)

1. அந்தி மேற்கின்ஓரம் - கதிர்
   அங்கு சிவந்துசாயும்
   அந்த மாலைநேரம் - என்
   ஆழ்மன மெலாம்ஈரம்.

2. பூப்பறித் தபடிசெடியில் - என்
   புத்தி சென்றபடியே
   தோப்பில் அமர்ந்திருந்தேன் - என்
   தோழிக்குக் காத்திருந்தேன்

3. நாலாத் திசையெங்கும் - பச்சை
   நளினமாய்ப் பொங்குங்
   கோலங் கண்டுநெஞ்சம் - அதில்
   கொள்ளை போய்த்தங்கும்

4. திரும்பும் திசையெல்லாம் - இயற்கை
   திரண்டு மனங்கவரும்
   துரும்பும் எழிலோடு-அங்கு
   துள்ளி விளையாடும்.

5. வரப்பின் மடிமீது - நான்
   வந்து அமர்ந்தபோது
   பரப்பின கவலையெல்லாம் - பஞ்செனப்
   பறந்தது இனியேது?

6. பிறப்பொன்று புதிதாக - நான்
    பெற்றது போலாக,
    திறந்தது மனக்கதவு - நெஞ்சம்
    தேனாய்த் தித்திக்க.

7. வண்ணத்துப் பூச்சியொன்று - தேனை
    வாயில் உறிஞ்சித்தின்று
    வந்தது என்னிடத்தில் - செய்தது
    வசியம் நிமிடத்தில்

8. புல்லின் நுனியளைந்து - விரல்கள்
    பூத்தன பனிப்பந்து
    கல்லின் முனைகூட - வடிக்கும்
    காவடித் தேன்சிந்து.

9. தென்றல் தவழ்ந்துவர- என்
    தேகம் குளிர்பருகச்
    சிந்தை களித்திருந்தேன் - மனச்
    சிக்கல் மறந்திருந்தேன்.

10. பூக்களுடன் உரையாடி - என்
    புத்தியைக் கழுவியபடி
    நீக்கமற நிறைந்திருந்தேன் - என்
    நெஞ்சம் நெகிழ்ந்திருந்தேன்.

11. பறவைச் சிறுகூட்டம் - ஒன்று
    பாடி அழகூட்டும்
    மறக்காத் துயரெதுவும் - அதில்
    மறைந்து மனம்மீட்டும்.

12. எல்லாம் சரியிங்கு - ஆனால்
    எங்கே என்மணிச்சங்கு?
    இல்லையே அவளிங்கு - இருந்தால்
    இன்பம் முழுப்பங்கு

13. கண்கள் வலைவிரிக்க - இளங்
    கன்னிக்குத் தவமிருக்க
    எண்ணம் துடிதுடிக்க - அவளின்றி
    என்னதான் நான்நினைக்க?

14. அற்புத அந்தியினை - நான்
    அவளோடு கழித்தால்தான்
    சொர்க்கம் உணரமுடியும் - நான்
    வேறென்ன சொலமுடியும்?

15. அழகு கொலுவிருக்க - மனதில்
    ஆனந்தம் பிரவகிக்க
    சுழலும்புவிமீதே - நான்
    சொர்க்கம் தரிசிக்க

16. இயற்கை என்னுடனே - தனது
    இரகசிய மனந்திறந்து
    வியக்கவைத்ததுகாண் -என்னை
    விழுங்கிக் கொண்டதுகாண்

17. அழகு ஊற்றெடுக்கும் - இந்த
    அற்புத நொடிப்பொழுதில்
    அவளும் என்னருகில் -இருந்தால்
    அடடா அமிழ்தமடா

18. விழியை விரைந்துடனே - நான்
    விரட்டி அனுப்பிவிட்டு
    வழியில் வண்ணமயில்- இங்கு
    வருவாள் எனப்பார்த்தேன்.

19. என்றே பலவாறு - என்
    எண்ணம் செலும்போது
    என்னவள் தேன்மாது - வர
    என்னே புதுமையிது?

20. அந்த நொடிப்பொழுதில் - என்
      ஆசைக் கவிதைக்குயில்
    வந்தே வந்துவிட்டாள்! - ஆகா
      வாழ்வு பெற்றேன்காண்!

21. அன்ன நடைநடந்து - என்
      அருகில் வந்தமர்ந்தாள்.
    இன்னும் என்னுடலில் - உயிர்
      இருப்பதை யாரறிவார்?

22. பேச்சு வரமறந்து - மனம்
      பேத லித்தலைந்து,
    மூச்சும் நின்றுநின்று - நான்
      மோட்ச நிலைசென்றேன்

23. மெல்ல விரல்பிணைத்தாள் - என்
      மேலே வலக்கரத்தால்
    செல்ல மாய்ச்சாய்ந்தாள் - எனைச்
      சேர்ந்த பூங்கொடியாள்.

24. மண்ணின் மனம்சுமந்து - ஈர
      மழையின் குணம்கலந்து
    தென்றல் மெலத்தவழ்ந்து - என்
      தேகம் தடவியதே!

25. அவளும் அந்நொடியில் - தன்
      அழகு முகந் திருப்பி
    சிவந்த தன்னிதழால் - ஏதோ
      சொல்லத் திருமினள்காண்!

26. அந்தத் தேவகணத்தில் - மெல்ல
      அவளின் உடலிலிருந்து
    வந்த மூச்சுவளி - எனை
      வருடித் தாலாட்ட

27. ஒருபுறம் மழைக்காற்றும் - அங்கே
    மறுபுறம் அவள் மூச்சும்
    புரிந்தன விளையாட்டு - இரண்டும்
    போட்டா போட்டிபோட்டு.

28. இயற்கை இங்குநடத்தும் - இந்த
    இன்பத் திருவிழாவை
    இருகண்ணும் போதாது - காண
    இருந்தேன் அப்போது.

29. இருகண்ணால் எழில்பருக - என்னால்
    இயலாது எனமருகத்
    திருமகளாய்த் தேவிவர - இனித்
    திவ்வியமாய் நால்விழிகள்

30. வரப்போகும் மழைநீரை - தானும்
    வரவேற்க வாய்க்கால்நீரே
    வரப்போரம் வழிபார்த்து - வாகாய்
    விரைந்தது வயலுக்குள்

31. தேகம் பொன்போன்று - ஜொலித்த
    தேவியைக் கண்டவுடன்
    வேகம் குறைந்ததுவே - அவளை
    வேடிக்கை பார்த்ததுவே

32. செடியில் பூக்களுக்குத் - தென்றல்
    சேதி சொன்னதுகாண்
    நொடியில் அவளந்த - அழகை
    நோக்கிக் கண்ணசைத்தாள்.

33. பூக்களை அவள்பார்த்து - ஒரு
    புன்னகை புரிந்துவைத்தாள்
    தேக்கின தேனையெல்லாம் - எம்மேல்
    தெளித்துப் பூரிக்கவே!

34. பட்டுப் பொன்விரலால் - செடியில்
    பளிச்சிட்ட ஒருபூவைத்
    தொட்டுப் பார்த்திட்டாள் - மயில்
    தோகையாம் அப்பூவை!

35. பட்டுப் பொன்விரல்கள் - பூவில்
    பட்டதும் ஒருநொடியில்
    பட்டுப் போயிருந்தும் - தேன்
    படியளவு சுரந்ததுகாண்.

36. என்னைச் சுற்றியிங்கு - இருந்த
    எட்டுத் திசையெங்கும்
    கண்ணில் தெரிந்திட்ட - அழகுக்
    காட்சிகள் ஒவ்வொன்றும்

37. பொன்போல் ஜொலிக்கின்ற - அவள்மேல்
    பொறாமை கொண்டனவே
    பெண்குலப் பேரழகின் - அருகில்
    பெருமை யோடமர்ந்தேன்.

38. எல்லாப் பொருள்களுமே - அவளின்
    எழிலை வியந்தெண்ணி
    உள்ளப் பெருமூச்சை - வெளியே
    உமிழ்ந்து எறிந்தனகாண்

39. ஈர்க்கும் இவ்வழகு - நமக்கு
    இல்லையே ஏனென்று
    ஏக்கப் பெருமூச்சை - வெளியே
    எழுப்பிச் சோர்ந்தனகாண்!

40. மேற்குச் சூரியனை - கரு
    மேகத் திரைச்சீலை
    போர்த்தித் தடுத்ததுகாண் - ஒளிந்து
    போகச் செய்ததுகாண்!

41. அழகுப் பைங்கிளியை - மறைந்த
    ஆதவன் பார்க்காமல்
    அழுதிட ஆரம்பிக்க - ஆகா
    அதுவே மழைச்சாரல்!

42. கரும்புடன் விளையாடிக் - களித்த
    காற்றும் கதைபேசும்
    திரும்பின திசையெங்கும் - தென்றல்
    தித்திப் பாய்வீசும்.

43. முகிலின் கிடங்கிலிருந்து - மழையின்
    முதல்துளி விழுந்ததுகாண்!
    அகில உலகேத்தும் - அழகியை
    அடைய விரைந்ததுகாண்!

44. அவளைக் கடக்கையிலே - மழைத்துளி
    அதிசயம் அடைந்ததுகாண்
    புவியில் புதையுமுன்னர் - பிறவிப்
    புண்ணியம் பெற்றதுகாண்!

45. இயற்கையில் மொத்தமாக - நான்
    இரண்டறக் கலந்திடவே
    வியக்கின்ற விதமாக - ஒரு
    விந்தை நிகழ்ந்ததுகாண்

46. மேகப் பொதிமூட்டை - தன்
    மேனி மழைக்கூட்டை
    தேகங் குளிப்பாட்ட - எனைத்
    தேடித் துடித்ததுகாண்

47. வானம் மடைதிறந்து - திரண்ட
    மேகம் கிழிந்தழுது
    மாலை மங்கும்போது - இங்கு
    பெய்வது பேரழகு.

48. வானத் திரைகிழிந்து - கரு
    மேகத் துணிபிழிந்து
    ஈரச் சுவர்பிளந்து - மழைக்
    காடு மடைதிறந்து

49. காற்றில் நீர் கலந்து - நிகழ்
    காலம்அதில் கரைந்து
    ஊற்றுப் புனல்வெள்ளம் - இந்த
    உலகை நிறைத்ததுகாண்.

50. பசுமை பாய்விரித்து - வயலில்
    பரந்து படர்ந்திருக்கும்!
    விசும்பின் நீலத்துடன் - அது
    விளையாடி மகிழ்ந்திருக்கும்!

51. கையில் ஒருவளையல் - என்னைக்
    கைது செயும்விலங்கு
    மையில் நனைந்தகண்கள் - கவிதை
    மையம் கொளும்விருந்து.

52. நீலப் பாவாடை - பட்டால்
    நெய்த ஒராடை
    காலம் முழுதும்நான் - பாட்டால்
    கட்டிய பாக்கூடை

53. மின்னல் வரிபோன்ற - அவளின்
    மெல்லிய இடையழகை
    கண்டு களித்திடவே - மின்னல்
    அடிக்கடித் தெறித்ததுகாண்!

54. வெண்ணிற மின்னலினை - யாரும்
    வியப்பதில் பொருளில்லை.
    கண்ணின் புருவங்கள் - ஒளிரும்
    கருப்பு மின்னல்கள்

55. இப்படி ஒரழகை - நாம்
    இதுவரை பார்த்ததில்லை
    அப்படிப் போடென்று - மின்னல்
    இடியிடம் உரைத்ததுகாண்

56. சுழலும் இவ்வுலகம் - நிலை
    சோர்ந்து நிற்குமட்டும்
    விழிகளின் மணியிரண்டும் - என்
    விதியினைத் தாலாட்டும்

57. மேகத் திரைபோன்ற - அவளது
    மெல்லிய மேனியினில்
    வேகத் துடன்வந்து - துளிகள்
    விழுந்து தெறித்தனகாண்!

58. கண்டதும் பூவெல்லாம் - மிகக்
    கதறி அழுதனவே
    கண்ணீர் நதிபெருகி - மழையுடன்
    கலந்து ஓடியடிதே!

59. எங்கே அவள்தேகம் - துளிகளின்
    வேகம் தாங்காதோ!
    என்றே அம்மலர்கள் - தம்முள்
    எண்ணித் துடித்தனகாண்!

60. கொட்டோ கொட்டென்று - மழை
    கொட்டித் தீர்த்ததுகாண்
    விட்டு விடுவேனோ - என்று
    விரைந்து பொழிந்ததுகாண்!

61. எங்கே அவளிடையும் - துளிகளின்
    எடையைத் தாங்காதோ!
    என்றே அம்மலர்கள் - தம்முள்
    எண்ணித் துடித்தனகாண்!

62. கொட்டோ கொட்டென்று - மழை
    கொட்டித் தீர்த்ததுகாண்
    விட்டு விடுவேனோ - என்று
    விரைந்து பொழிந்தது காண்

63. வயலின் தென்மூலை - அழகே
    வடிவான ஒருசாளை
    பெயர்தான் சிறுகுடிசை - படைப்பில்
    பிரமனின் சீர்வரிசை

64. கழனிக் கரையோரம் - காதல்
    கடவுள் கட்டிவைத்த
    அழகுச் சிறுகுடிலை - விரைந்து
    அடைந்தோம் சிலநொடியில்.

65. குடிலின் முன்னறையில் - குளிரில்
    குறுகி அமர்ந்திருந்தோம்.
    ஒடிந்து உடைகின்ற - மழைக்
    கம்பிகள் கண்டிருந்தோம்.

66. உருகிய கண்ணாடிக் - குழம்பை
    ஊற்றினாற் போல்மழையும்
    தெரிந்தது வெளிப்புறத்தில் - வெள்ளம்
    திரண்டது சீக்கிரத்தில்

67. மழையை அவள்ரசிக்க - அவளை
    மழையும் தரிசிக்க
    குழந்தை போலவளும் - இங்கு
    குதூகலங் கொண்டிருந்தாள்.

68. மழையை ரசிப்பேனா - இந்த
    மங்கையை ரசிப்பேனா
    மழையே இவளைத்தான் - காண
    மண்ணில் பெய்கிறதா?

69. என்றே பலவாறு - நான்
    எண்ணிக் கொண்டிருக்க
    வந்தது புவிமீது - ஒரு
    வலிய இடித்தூது

70. 'திடும்'மெனப் பெரும் இடியும் - அங்கு -
    திடீர் எனத்தோன்ற
    நடுங்கிப் போயினள்காண் - நடு
    நடுங்கிப் போயினள்காண்.

71. வீலென் றலறியபடி - அருகில்
    விரைந்து நெருங்கிவந்து
    தோளுடன் தோள்சேர்ந்து - என்னைத்
    தொட்டுக் கட்டிக்கொண்டாள்.

72. உயிரும் நொடிநேரம் - நின்று
    உடனே இயங்கியதே
    துயிலோ கனவிதுவோ - என்று
    துடித்து நின்றேனே!

73. பனிப்புகை யெனலாமோ? - தேகம்
    பட்டுத் துணியாமோ?
    மேனி வானவில்லோ - மெல்லிய
    மேகப் பொதிதானோ?

74. காதல் தேவதையின் - நறுங்
    கடைக்குட்டி இவள்தானோ?
    கீதம் உருப்பெற்ற - இளங்
    கீற்றுப் பொழில்தானோ?

75. கரங்களை மாலையென - என்
    கழுத்தைச் சுற்றிக்கொண்டு
    விரல்களால் கோலமிட்டு - புது
    விதியொன்று எழுதினள்காண்.

76. அமுதம் உண்டாலும் - இதே
    அனுபவ மேதானோ?
    திமுதிமு வெனவெரியும் - கடுந்
    தீயும் இன்பந்தானோ?

77. இஞ்சிக் கொடியிடையாள் - என்னை
    இறுக்கிக் கொண்டதனால்
    வஞ்சியின் இதயமும் - துடிப்பது
    வாகாய்க் கேட்டதுவே.

78. அந்த ஸ்பரிசத்தினால் - என்
    ஆவி பொங்கியது
    சிந்தை கிறங்கியது - மனச்
    சிரமம் உறங்கியது.

79. இன்னுமா புவிமீது - நான்
    இருக்கிறேன் இப்போது
    என்ன, என்ன இது? - எதுவும்
    எனக்கே தெரியாது.

80. முதுகில் படர்ந்திருந்த - அவளது
    முடிதொட நேர்ந்தது
    இதுதான் கூந்தலெனில் - மிக
    இனிப்பது எவ்வாறு?

81. மிருதென ஒருமணமும் - காற்றில்
    மிதக்கக் கண்டேனே!
    நறுமணச் சுரப்பிகளை - அவளது
    நாசியில் கண்டேனே!

82. தங்க நிறமுருக்கி - உடன்
    தந்தச் சரங்கலக்கிப்
    பொங்கும் நிலவொளியை - ஒரு
    பொட்டுஅதில்ஊற்றி

83. வெண்ணெய் மிருதெடுத்து - ஒளி
    வெண்முத் துத்தேய்த்து
    வண்ணச் சுடரிழைத்து - பிரமன்
    வடித்த தேகமதைத்

84. தொட்டுத் தொடர்ந்து செல்ல - ஆகா
    பட்டுப் படர்ந்துமெல்லக்
    கட்டித் தழுவிக்கொள்ள - நான்
    கண்டது கனவாளென்ன?

85. ஒருகோடி யாழிசைக்க - தேவர்கள்
    ஒன்றாய்த் தேரிழுக்க
    கரும்பொடு மன்மதனும் - அங்கு
    காவல் புரிந்திருக்க

86. நெடுநேரம் மூச்சடைக்க - நாங்கள்
    நின்றவாறே நெடிதுயிர்க்க
    இடியோசை நின்றபின்னும் - அவள்
    என்னை விலகாதிருக்க

87. இடியோசை நின்றதனால் - தன்
    இருவிழி திறந்திருந்தாள்
    இருகையால் எனைமேலும் - நன்கு
    இறுக்கி அணைத்திருந்தாள்.

88. தோளில் புதைந்தமுகம் - மெல்லத்
    தூக்கியென் முகம்பார்த்தாள்.
    ஆளை விழுங்குதல்போல் - என்னை
    அப்படித்தான் பார்த்தாள்.

89. தூரிகை தீட்டுவதுபோல் - பொற்
    றொடியின் இமைகளென்
    ஈரிமை களின்மேலும் - மெல்ல
    இதமாய்ப் படர்ந்தனவே.

90. மயிலின் இறகுகளோ - அவை
    மதுரத் தேன்திரையோ?
    கயல்விழி காக்கும்பட்டுச் - சிலைக்
    கதவே இமைகளுமோ?

91. கழுத்தின் பின்புறத்தை - ஒரு
    கரத்தால் வளைத்தவாறு
    இழுத்தேன் மறுகரத்தை - சுற்றி
    இடுப்பை அணைத்தவாறு.

92. பார்வைக் கதிரொன்று - உயிரைப்
    பாதி ஆக்கியது
    நேர்கொண்ட விழியொன்று - என்னை
    நெடிது நோக்கியது.

93. முகமொடு முகமுரச - நான்
    முக்தி நிலையடைய
    சுகமதை நானெழுத - ஒரு
    சொல்லும் இங்கில்லை.

94. கன்னம் இதுவன்று - மாங்
    கனியே இதுவென்று
    சொன்னது என்னுள்ளம் - வெகு
    சுகமாய் என்னுள்ளே

95. குவளைக் கண்ணிரண்டும் - வெட்கிக்
    குழிந்த கன்னங்களும்,
    சிவந்த கிளிமூக்கும் - நறுஞ்
    சின்னப் புன்னகையும்

96. கற்றைக் குழல்பின்னி - இரண்டு
    கருத்த சிறுசடையும்
    ஒற்றைச் சிறுகோடாய் - வலமிடம்
    ஒளிர்ந்த புருவங்களும்

97. நெற்றிப் பிறைநிலவும் - கரு
நீல விழியிரண்டும்
சற்றும் சலியாத - கருஞ்
சாந்துப் பொட்டழகும்

98. உற்றுப் பார்த்தவாறு - நான்
ஒவ்வொன்றாய் ரசித்து
சற்றுக் கீழ்வந்தேன் - ஐயோ
சகலமும் ஸ்தம்பித்தேன்.

99. ஆப்பிள் துண்டுகளா? - அவை
அமுதத் திண்டுகளா?
சாப்பிடத் தூண்டுகிற - இனிய
செர்ரிப் பந்துகளா?

100. தேனைச் சுரக்கின்ற - இரண்டு
திவ்வியப் பழக்கீற்றா?
வீணை இசைஉறைந்து - குருதி
வீங்கிய விருந்ததுவோ?

101. பாலுடன் ரோஜாவை - நன்கு
பக்குவ மாய்க்கலந்து
சாலப் பண்ணிவைத்த - ஒரு
சோடித் திரவியங்கள்

102. புதுப்புதுப் பூவெடுத்து - மெல்ல
ஒத்தட மிடத்தூண்டும்
இதழ்களே இவையிரண்டும் - நான்
இதுவரை எழுதியவை.

103. கண்டதும் கவர்ந்திருக்கும் - அந்தக்
கோவை இதழ் என்னைத்
துண்டு துண்டெனவே - வெட்டித்
தூக்கி எறிந்ததுவே

104. என்னை நானிழந்தேன் - இது
     எவ்விடம் எனமறந்தேன்
     கன்னியின் கரும்பிதழ்கள் - இதழால்
     கவ்விச் சுவையறிந்தேன்.

105. என்னவள் இதனையே - சற்றும்
     எதிர்பா ராதிருந்தும்
     கண்கள் மூடினள்காண் - மேலும்
     கட்டிக் கொண்டனள்காண்.

106. விட்டு விலகிவிடு - என்றவள்
     இதயம் சொன்னாலும்
     எட்டித் திரும்பிவிட - அவளின்
     இதழ்கள் சொல்லவில்லை.

107. சட்டென மழையிங்கு - ஒரு
     சடுதியில் நின்றதென்ன?
     வெட்டி ஒளிர்கின்ற - அந்த
     மின்னலும் மறைந்ததென்ன?

108. கொட்டி ஒலிக்கின்ற - இடியும்
     குறைந்து போனதுமேன்!
     வெட்கப் பட்டுத்தான் - அவை
     விண்ணில் தங்கினவோ?

(அளவொத்த ஈரிரண்டு சீர்களைக்கொண்ட இரண்டடிகள்
இருசீரிரட்டைச் சமநிலைச் சிந்தாகும்.)

தமிழ்
(புதுக்கவிதை)

நன்னூலார் வகுத்தெடுத்த விதியும் -கற்போர்
    நடுநெஞ்சில் வேரெனவே பதியும் - பலமிகத்
தொன்னூலார் சேர்த்தாக்கித் தொய்வின்றிக் கோத்தாக்கித்
    துணிந்திடலாம் என்னருமைத்
    தமிழும் - நாவிற் -சுழலும்!

என்னென்பேன் வளம்பெருகக் கண்டு - புவியில்
    எம்மொழிக்கு இப்பெருமை உண்டு? - இங்கே
பன்னெடுங் காலத்தும் பழைமைக்கும் புதுமைக்கும்
    பாலமிட்ட வண்ணமெனத்
    தமிழும் - பொங்கி - மகிழும்!

சித்தத்தில் அமுதாகப் படியும் - அதன்
    செம்மையோடே என்காலை விடியும் - ஆமாம்
மொத்தத்தில் தமிழ்க்குளுமை முதுகுத் தண்டுள்ளும்
    மூட்டிவிடும் பரவசத்தின்
    காலை - மனம் - சோலை!

சிந்தனைக்கு விருந்தாகச் சமையும் - உலகு
    சிறப்பொழுகு சுவையாக அமையும் - என்
வந்தனைகள் உரித்தாக்கி வாழ்த்துக்களைக் குவித்தேற்றி
    வடித்தெடுத்த பாக்களாலே
    தமிழும் - வனப்புடன் - திகழும்.

புரிவதுண்டோ மெய்ஞ்ஞானப் புதிரும் -சொல்வீர்
    புவிபாய்வ தெங்ஙனமோ கதிரும்! - ஆனால்
அரிதென்பேன் இருள்நீக்க அதைவிடவே பன்மடங்கு
    அழகெனவே நம்மீது
    தமிழும் - ஒளியை - உமிழும்

அகிற்கூட்ட நறுமணத்தின் உறவும் - உலகில்
    அலையெனவே மிதந்தெழுந்து பரவும் - மேலே
முகிற்கூட்டம் செறிவேறி முழுவதுமே புவிமீது
    முகர்ந்திடவே விந்தையிது
    தமிழும் - மணங் - கமழும்!

செந்தேனில் நனைத்தெடுத்த சொல்லும் - வெஞ்
    செவ்வரிசி நினைவூட்டும் பல்லும் - பூவையின்
தந்தநிகர் தோள்வனப்பும் தளிர்மேனி நிறைசெழிப்பும்
    தங்குவதை விஞ்சிநின்று
    தமிழும் - மனதில் - அமிழும்

தமிழென்றால் அமுதெனவே கேட்கும் - இதைத்
    தரணிபுகழ் சான்றோர்குழு ஏற்கும் - தேவர்
அமிழ்துக்கும் தமிழுக்கும் அடுத்துவமை யில்லையென
    ஆண்டாண்டு காலமும்
    திகழும் - தமிழின் - புகழும்

கணுவோடு விளைசெழிப்புக் கரும்பும் - அதன்
    கற்கண்டுச் சுவையினையே விரும்பும் - இனி
அணுவணுவாய்த் தீஞ்சுவையை அனுபவித்தும் உலகோர்க்கு
    அதனினிமை எப்படித்தான்
    திகட்டும்? முர - சுகொட்டும்!

(எவ்வித இலக்கணக் கட்டுப்பாடுகளுமின்றி விரும்பும் வடிவிலமைத்துக் கொள்வதே புதுக்கவிதையாகும். இக்கவிதையில் அளவொத்த முச்சீரிரட்டைக்குப் பின் முடுகும், தனிச்சீர் எடுப்பும் அமையப்பெறினது காவுதடிச் சிந்தாகும்.)